தருமபுரி முதல் பூடான் வரை

மருத்துவர் **இரா.செந்தில்**

டிஸ்கவரி பப்ளிகேஷன்ஸ்
எண்: 9, பிளாட் எண்: 1080A, ரோஹிணி பிளாட்ஸ்
முனுசாமி சாலை, கே.கே.நகர் மேற்கு,
சென்னை – 600 078. பேச: 99404 46650

வெளியீட்டு எண்: 0298

தருமபுரி முதல் பூடான் வரை
ஆசிரியர்: மருத்துவர் இரா.செந்தில்©

Dharumapuri Muthal Bhutan varai

Author: Dr Ra.Senthil©

Publisher: Discovery Book Palace
First Edition: Dec - 2020
Second Edition: Sep - 2023
Pages: 104
ISBN: 978-93-89857-44-3
Rs - 160

Publisher	*Sales Rights*
Discovery Publications No. 9, Plot,1080A, Rohini Flats, Munusamy Salai, K.K.Nagar West, Chennai - 78. Tamilnadu, India. Mobile: +91 99404 46650	**Discovery Book Palace (P) Ltd** No. 1055-B, Munusamy Salai, K.K.Nagar West, Chennai-600 078. Ph: (044) 4855 7525 Mobile: +91 87545 07070

discoverybookpalace@gmail.com / www.discoverybookpalace.com

இந்த நூலில் பிரசுரமாகியுள்ள எந்த ஒரு பகுதியையும் எழுத்துபூர்வமான முன்அனுமதி பெறாமல் எடுத்தாள்வதோ, மறுபிரசுரம் செய்வதோ, மொழியாக்கம் செய்வதோ, ஊடகங்களில் மறுபதிப்புச் செய்வதோ, காப்புரிமைச் சட்டப்படி தடை செய்யப்பட்டுள்ளது. இந்த நூலிலிருந்து சில பகுதிகளை மேற்கோள்காட்டி நூல்அறிமுகம் செய்யலாம்.

உங்கள் மொபைல் போனிலிருந்து ஸ்கேன் செய்து 'டிஸ்கவரி புக் பேலஸ்' மொபைல் ஆப்பை டவுன்லோடு செய்து, புத்தகங்களை வாங்குங்கள்.

Scan and download

மனிதர்கள் மரமல்ல...
அவர்களுக்கு வேர்கள் கிடையாது.
ஆனால், கால்கள் இருக்கின்றன...
நடந்துகொண்டே இருக்கிறார்கள்!

– யுவான் காய்டிசோலோ

மருத்துவர் அன்புமணி இராமதாஸ்
நாடாளுமன்ற மாநிலங்களவை உறுப்பினர்,
நடுவண் நலவாழ்வு மற்றும் குடும்ப நலத்துறை
மேனாள் அமைச்சர்.

தேசிய மகிழ்ச்சி முக்கியமானது

நான் இயற்கையை மிகவும் நேசிப்பவன். இதுவரை ஐம்பது நாடுகளுக்கும் மேல் பயணம் சென்றிருக்கிறேன். அவ்வாறானப் பயணங்களில் அந்தந்த நாடுகளுடைய கலாசாரம், பண்பாடு, வளர்ச்சி, உணவுப் பழக்கம், மொழி, முன்னேற்றம் ஆகிய அனைத்தையும் குறித்து அறிந்துகொள்வது எனக்கு மிகவும் பிடித்தமான ஒன்று.

இதுபோன்ற தனது பயண அனுபவங்களைத்தான் மருத்துவர் இரா.செந்தில் ஒரு நூலாக வெளியிட்டு இருக்கிறார். இந்த நூலிலேயே எனக்கு மிகவும் பிடித்த வாசகம், 'ஒரு நாட்டின் மொத்த தேசிய வளர்ச்சியைவிட மொத்த தேசிய மகிழ்ச்சி முக்கியமானது' என்பதுதான். இந்த வாசகத்தைச் சொன்னவர், அன்றைய பூடான் மன்னர் 'ஜிக்மே சிங்கே வாங்சுக்'. இந்த நூலின் மையக்கருவாக விளங்குவதும் இந்த வாசகம்தான் என்று நான் நினைக்கிறேன்.

இந்தியாவை பூடான் நாட்டுடன் ஒப்பிடும்போதும் சரி, வடஇந்தியாவை தென்இந்தியாவுடன் ஒப்பிடும் போதும் சரி அரசியல் வலிமைக்கும், நாட்டின் வளர்ச்சிக்கும், மக்களின் மகிழ்ச்சிக்கும் மிகப்பெரிய இடைவெளி இருப்பதைப் புரியவைக்கிறார். இந்தியாவைப்போல வலிமைப் பொருந்திய நாடாக இல்லையென்றாலும்கூட, பூடான் நாடு மிகப்பெரிய ஏற்றத்தாழ்வுகள் எவையுமின்றி, அமைதியாகவும், நிறைவாகவும், ஆகமொத்தத்தில் மகிழ்ச்சி யாகவும் இருப்பதாகவே தோன்றுகிறது.

நம்முடைய கல்வி முறைகளாலும், ஊடகங்களாலும் கட்டமைக்கப்பட்ட பிம்பங்களை உடைக்கிறார், மருத்துவர் இரா.செந்தில். வெள்ளைக்கார ஆஷ் துரை, ஜாலியன் வாலா பாக்கில் படுகொலை செய்த ஜெனரல் டயர் போன்றோரைப்பற்றியே பள்ளிக்கூடப் பாடப்புத்தகங்களில் படித்த நமக்கு, பிரிட்டிஷ் இந்தியாவின் ஆங்கிலேய அதிகாரிகளான சிறந்த நிர்வாகி சர் தாமஸ் மன்றோ, 'தி கிரேட் டிரிகோனமெட்ரிக் சர்வே' செய்து இந்தியாவையே அளந்த கேப்டன் வில்லியம் லாம்ப்டன், சர்வே ஜெனரல் ஜார்ஜ் எவரெஸ்ட், ஸ்காட் வாக், கொலைகாரத் தக்கர்களை அடியோடு ஒழித்த வில்லியம் ஹென்றி ஸ்லீமன், ஆந்திர மக்கள் தெய்வமாகக் கொண்டாடும் சர் ஆர்தர் காட்டன் என்று பலரை அறிமுகம் செய்து வைத்து புதிய வரலாற்றுச் செய்திகளை அளித்திருக்கிறார்.

கட்டுக்கோப்பான வாழ்க்கை உடல் நலத்துக்கும், மன நலத்துக்கும் மிகவும் இன்றியமையாதது என்பதை பல இடங்களில் பல முறை கோடிட்டுக் காட்டுகிறார். நடைப்பயிற்சி, மலையேற்றம், மது, புகை இல்லாத ஆரோக்கியமான உணவுப்பழக்கம் என உடல் நலத்துக்குத் தேவையான செய்திகளை அடிக்கடி பகிர்ந்து கொள்வதன் வாயிலாக இளம் தலைமுறையினருக்கு எதிர்கால வாழ்வை நன்கு கொண்டாட முடியும் என்று உணர்த்துகிறார்.

மருத்துவர் இரா.செந்தில், தமிழ் மற்றும் ஆங்கிலத்தில் சரளமாகப் பேசவும் எழுதவும் தெரிந்தவர். இந்த நூலில் பல இடங்களில் திருக்குறளையும், சில இடங்களில் திரை இசைப் பாடல்களையும் மேற்கோள் காட்டி, அவர் நினைத்ததை நமக்குப் புரிய வைத்திருக்கிறார்.

நான் உலகின் பல நாடுகளுக்குப் பயணித்திருக்கிறேன். இந்தியாவில் உள்ள அனைத்து மாநிலங்களுக்கும் பயணம் சென்றிருக்கிறேன். ஆனால், பல்வேறு மத, மொழி, இன, நிற, கலாசார, பண்பாடு, உடை, உணவு, தட்பவெப்ப நிலைகள் கொண்ட ஒரு நாடு இந்தியாவைப்போல வேற்றுமையில் ஒற்றுமை காணும் நாடாக விளங்குவதை வேறெங்கும் கண்டதில்லை. இந்தியாவைப்போல இத்தனை

வேறுபாடுகள் கொண்ட மக்களையும், அவர்களின் வாழ்க்கை முறைகளையும் வேறெந்த நாட்டிலும் கண்டதில்லை.

எனவே, அடுத்த முறை பயணம் செய்யும்போது, மருத்துவர் இரா.செந்திலுக்கும், அவரது குழுவினருக்கும் நான் தரும் ஒரு ஆலோசனை, 'அந்தந்த ஊர் உணவுகளையும் சிறிது ருசியுங்கள்' என்பதுதான்.

ஒரு வாழ்க்கைக்கல்விச் சுற்றுலாவாகப் பயணித்து வந்திருக்கும் மருத்துவர் இரா.செந்தில், திரு.சம்பத்குமார், திரு.உதயகுமார் மற்றும் திரு.கேசவன் ஆகியோருக்கு எனது மனமார்ந்த பாராட்டுகள். பயணங்கள் தொடரட்டும்.

வாழ்த்துகளுடன்,
மருத்துவர் **அன்புமணி இராமதாஸ்**

முதலடி...

நம் தலைமுறையில் வாழும் மனிதர்களுக்கு 2020ஆம் ஆண்டு மறக்க முடியாத ஆண்டாக இருக்கும். ஒரு நோய்த் தொற்றுக்காக உலகமே மாதக்கணக்கில் வீடுகளிலேயே முடங்கி இருந்தது வரலாற்றில் இதுவே முதல்முறை.

எனக்கு 2020 மறக்கமுடியாத ஆண்டாக இருக்க, கொரோனா தொற்று மட்டுமே காரணமல்ல. 2020ஆம் ஆண்டு, பிப்ரவரி மாதம், 23ஆம் நாள் மாலை புறப்பட்டு, 13 நாள்கள் காரில் பயணம் செய்து, பூடான் வரை சென்று வந்தது எனக்கும், என் சகோதரர்கள் சம்பத், உதயகுமார் ஆகியோருக்கும், என் உறவினரும், கார் ஓட்டுனருமான கேசவனுக்கும் மறக்கமுடியாத அனுபவம்.

நாங்கள் புறப்படுவதற்கு முன்பு, ஆனந்த விகடன் இணைய இதழின் விஜய் ஆனந்துடன் பேசினேன். அன்றாடப் பயண அனுபவங்களை அனுப்பினால், அவற்றை ஆனந்த விகடன் இணைய இதழில் 'மை விகடன்' பக்கங்களில் வெளியிட ஆர்வமாக இருந்தார். அந்த 13 நாள் பயண அனுபவங்களும் 'மை விகடன்' பக்கத்தில் வெளியிடப்பட்டு, பல்லாயிரக்கணக்கான வாசகர்கள் அவற்றைப் படித்து ரசித்தனர். இந்த அனுபவங்களை என் முகநூலிலும், வாட்ஸ்அப் வாயிலாகவும் பகிர்ந்தேன். அவற்றை பல நண்பர்கள் படித்து மகிழ்ச்சியைப் பகிர்ந்து கொண்டதுடன் அடுத்தப் பதிவுக்காக ஆவலோடு காத்திருந்ததாகவும் தெரிவித்தார்கள். அவை சமூக ஊடங்களில் பெரிய அளவில் பகிரப்பட்டன.

ஊர் திரும்பியவுடன் நண்பர்கள் பலர், 'இந்தப் பயண அனுபவங்களை நூலாக வெளியிட வேண்டும்' என்று கருத்துத் தெரிவித்தனர்.

எழுத்தாளர் கண்மணி குணசேகரன், 'இந்தக் கட்டுரைகளை இன்னமும் விரிவாக்கி, நூலாக வெளியிட வேண்டும்' என்று அறிவுறுத்தினார்.

2019ஆம் ஆண்டு, ஆகஸ்ட் மாத இறுதியில், நானும் என் சகோதரர் சம்பத்குமாரும் இமயமலைத் தொடரில் உள்ள ஹாம்ப்டா கணவாயை (Hampta Pass) அடையும் மலையேற்றப் பயணத்தை மேற்கொண்டோம். அந்த மலையேற்ற அனுபவத்தையும் இணைத்து நூலாக வெளியிட முடிவு செய்தேன்.

நான் எழுதுவதற்குப் பெரும் தூண்டுகோலாக இருப்பவர் கவிஞர் ஜெயபாஸ்கரன். அரசியல் மேடைகளில் பேசும் நான், என் எழுத்துகளையும் பேசியே பதிவு செய்து வந்தேன். ஒரு பேச்சை எழுத்தாகப் பதிவிடுவதற்கும், எழுதுவதற்கும் உள்ள வேறுபாடுகளைச் சுட்டிக்காட்டி என் எழுத்துகளைச் செம்மைப்படுத்தினார். கட்டுரைகளை விகடனுக்கு அனுப்புவதற்கு முன்பு பிழை திருத்தி ஒழுங்கு படுத்தினார். இயன்ற வரை, பிறமொழிக் கலப்பில்லாத தமிழைப் பயன்படுத்த வேண்டும் என்று வழிகாட்டியவர் அவர். பள்ளி நாட்களுக்குப் பிறகு தமிழ் இலக்கணத்தை மீண்டும் படிப்பதற்கான தேவையும் வாய்ப்பும் எனக்கு ஏற்படவில்லை. ஜெயபாஸ்கரன், ஒரு தமிழ் ஆசானாக எனக்கு தமிழ் இலக்கணம் கற்பித்தார்.

தகடூர் புத்தகப் பேரவையின் வாயிலாக எனக்குக் கிடைத்த மிகச் சிறந்த நண்பர் ஆசிரியர் தங்கமணி. வாசிப்பை நேசிப்பவர் என்பதைத் தாண்டி, வாசிப்பை உயிர் மூச்சாகக் கொண்டிருப்பவர், அவர். தருமபுரி மாவட்டம், மொரப்பூரில் 'புத்தக அறிமுக நிகழ்வுகள்' என்ற பெயரில், எழுத்தாளர்களுக்கான ரசிகர் மன்றக் கூட்டங்களை 20 ஆண்டுகளுக்கு முன்பே தொடர்ந்து நடத்திவந்தார். இப்போது தகடூர் புத்தகப் பேரவையின் மாதாந்திர நூல் அறிமுக நிகழ்ச்சிகளை ஒருங்கிணைக்கிறார்.

மிகச் சிறந்த எழுத்தாளர்கள் பலர் இருக்கிறார்கள். எனக்குத் தெரிந்த மிகச் சிறந்த வாசகர் தங்கமணி. நான் எழுதுவதையும், எழுத்துகள் என்று ஏற்றுக்கொண்ட நல்ல மனம் படைத்தவர். தன் பள்ளிக்கூட மாணவர்களின் தேர்வுத்தாள்களைத் திருத்துவதுபோல நான் எழுதுவதைத்

திருத்தி உதவினார். அவருக்கும் என் மனமார்ந்த நன்றிகளை உரித்தாக்குகிறேன்.

இந்த நூலை அழகாக வடிவமைத்து, நேர்த்தியாக வெளியிடும் 'டிஸ்கவரி புக் பேலஸ்' பதிப்பகத்துக்கு நன்றி.

தன்னுடைய அரசியல் பணிகள், நாடாளுமன்றப் பணிகள் உள்ளிட்ட பல்வேறு பணிகளுக்கிடையே இந்த நூலினை முழுமையாகப் படித்து, என்னைப் பெரிதும் ஊக்கப்படுத்தும் வகையில், சிறப்பான அணிந்துரை எழுதிய நாடாளுமன்ற மாநிலங்களவை உறுப்பினரும், பாட்டாளி மக்கள் கட்சியின் இளைஞர் அணித் தலைவரும், நடுவண் நல்வாழ்வு மற்றும் குடும்ப நலத்துறையின் மேனாள் அமைச்சருமான மருத்துவர் அன்புமணி இராமதாஸ் அவர்களுக்கு என் நெஞ்சம் நிறைந்த நன்றியினைப் பதிவு செய்கிறேன்.

அன்புடன்,
மருத்துவர் **இரா.செந்தில்**
18.09.2020.

வாருங்கள் பயணிப்போம்!

பயணங்களே மனித வாழ்க்கையைத் தகவமைத் திருக்கின்றன. 80,000 ஆண்டுகளுக்கு முன்னர், 'ஹோமோ சேப்பியன்ஸ்' என்று அழைக்கப்படும் நவீன மனிதஇனம் ஆப்பிரிக்காவிலிருந்து பயணிக்கத் தொடங்கியது. மத்திய ஆப்பிரிக்காவிலிருந்து புலம்பெயர்ந்த அந்த மனிதர்கள் ஆப்பிரிக்காவையும், ஆசிய, ஐரோப்பியக் கண்டங்களையும் இணைக்கும் மெசபடோமியாவில் (இன்றைய ஈராக், குவைத், துருக்கி, சிரியா நாடுகளின் பகுதிகளைக் கொண்ட நிலப்பரப்பு) பல்லாயிரம் ஆண்டுகள் வாழ்ந்தார்கள். இங்கிருந்து ஐரோப்பாவுக்கும் ஆசியாவுக்கும் கால்நடையாகவே பயணித்தார்கள்.

நம் மூதாதையர்களான அவர்கள் மெசபடோமியா விலிருந்து சிந்து நதிக்கரைக்கு வந்து, சிந்துவெளி நாகரிகத்தை நிறுவி, பின்னர் இந்திய துணைக்கண்டம் முழுவதும் பரவி தமிழகத்துக்கும் வந்து சேர்ந்தார்கள்.

மற்றொரு பிரிவினர் ஆசியாவின் வடகிழக்கு முனையை அடைந்து, அங்கிருந்து, அமெரிக்காவின் வடமேற்கு முனையில் உள்ள, அலாஸ்காவோடு இணைக்கும் ஆழம் குறைந்த கடலைக் கடந்து அமெரிக்கக் கண்டத்துக்குச் சென்றார்கள்.

இன்னும் சில குழுக்கள், ஆசியாவின் தென்கிழக்காகப் பயணித்து மலேசியத் தீவுகள், இந்தோனேசியத் தீவுகளை இணைத்திருந்த மணல்மேடுகள் வழியாக ஆஸ்திரேலியா கண்டத்தை அடைந்தார்கள். இப்படி மனிதஇனத்தின் கால்கள் அவர்களை உலகம் முழுமைக்கும் அழைத்துச் சென்றன.

இப்படியாக மனிதர்கள் பயணித்துக்கொண்டே இருக்கிறார்கள். பயணங்களே நாகரிகங்களை வடிவமைத்தன. நாம் வாழும் இந்த இடம், மாபெரும் பூமிப்பந்தின் சிறியதொரு புள்ளி என்பதை பயணங்களே நமக்குப் புரிய வைக்கின்றன. வாழ்க்கை என்பது ஆயிரக்கணக்கான பக்கங்களைக் கொண்ட ஒரு புத்தகம் என்றால், பயணம் செய்யாதவர்கள் அதன் ஒரு பக்கத்திலேயே நின்றுவிடுகிறார்கள்.

நான் பயணங்களைக் காதலிப்பவன். என் நினைவிலிருக்கும் முதல் பயணம் நான்காம் வகுப்புப் படிக்கும்போது நிகழ்ந்தது. அப்போது, அம்மா சேலம் மாவட்டம், தம்மம் பட்டியில் அரசினர் மகளிர் உயர்நிலைப் பள்ளியின் தலைமை ஆசிரியையாகப் பணியாற்றிக்கொண்டிருந்தார்கள். பள்ளிச் சுற்றுலாவாக சாத்தனூர் அணைக்கு அழைத்துச் சென்றிருந்தார்கள். அந்த அணையின் பிரமாண்டத்தைப் பார்த்து வியந்தது இன்னமும் எனக்கு நினைவிருக்கிறது.

ஆறாம் வகுப்பு முதல் பதினொன்றாம் வகுப்பு வரை ஓசூர் அரசு உயர்நிலைப் பள்ளியில் படித்தேன். பள்ளியில் சாரணர் இயக்கத்தில் இணைந்திருந்தேன். சாரணர் இயக்கத்தின் ஒருங்கிணைப்பாளராக ஆர்தர் என்கிற ஆசிரியர் இருந்தார். திருநெல்வேலியைச் சேர்ந்த கிருத்துவர். நல்ல நண்பன், வழிகாட்டி, ஆசிரியர் என்று அனைத்துமாக இருந்தவர். எட்டாம் வகுப்பு படித்துக்கொண்டிருந்தபோது குன்னூரில் உள்ள ஸ்டான்லி பார்க்கில் நடந்த சாரணர் பயிற்சி முகாமுக்கு அழைத்துச்சென்றார்.

மேட்டுப்பாளையத்திலிருந்து குன்னூருக்கு, ஊட்டி மலை ரயிலில் சென்ற பயண நினைவுகள் இன்றளவும் பசுமையாக இருக்கின்றன. குன்னூர் ரயில்நிலையத்தில் இறங்கி, பென்ஸ் காரில் ஸ்டான்லி பார்க்குக்குச் சென்றோம். என் வாழ்க்கையின் முதல் கார் பயணம் அது. நீலகிரி மலையின் குளிர், மாலை நேரங்களில் மொத்தமாகச் சூழ்ந்துகொள்ளும் மேகங்கள், தேயிலைத் தோட்டங்கள் ஆகியவை, நினைக்கும் போதெல்லாம் மனதைச் சிலிர்க்க வைக்கும் அனுபவங்கள். வாழ்க்கையில் முதல் முறையாக கேக் என்கிற ஒன்றைப் பார்த்ததும் சுவைத்ததும் அப்போதுதான். அந்தச் சுவை இப்போதும் நாக்கில்!

என் மனைவியின் நகைகளையெல்லாம் விற்று (அடகு வைத்தால் வட்டி கட்டவேண்டும், அசலைத் திருப்பிச் செலுத்த வேண்டும்), என் சகோதரிகள், மனைவியின் சகோதரிகள்

எல்லாரும் கொடுத்த பொருளுதவியோடு PLAB தேர்வு எழுதுவதற்காக லண்டன் சென்றேன். 1994ஆம் ஆண்டு, அக்டோபர் 19ஆம் நாள், இரவு 8 மணிக்கு சென்னை விமான நிலையத்தில், பிரிட்டிஷ் ஏர்வேஸ் விமானத்தில் ஏறியபோது ஏற்பட்ட பிரமிப்பும், விமானத்தின் குளிரும், பரிமாறப்பட்ட ஐரோப்பிய உணவுகளும், அதனைப் பரிமாறிய வெண்ணெய் போன்ற வெள்ளைக்காரப் பெண்களும் ஏற்படுத்திய கிளர்ச்சி, பயணங்களை நேசிக்கத் தூண்டிய பேரனுபவமாக அமைந்தது. அந்தப் பயணமும், அதனைத் தொடர்ந்து என் வாழ்வில் ஏற்பட்ட மாற்றங்களும் மருத்துவப் பணியின் மீது இருந்த ஆர்வத்தைப் பன்மடங்காக்கியது.

பயணங்கள் ஈடுஇணையற்ற படிப்பினைகளைத் தருகின்றன.

'உழையுங்கள், சேமியுங்கள், பயணியுங்கள், மீண்டும் முதலில் இருந்து தொடங்குங்கள்' என்பது ஒரு கூற்று.

மனிதஇனத்தின் வரலாறு என்பது, மனிதஇனத்தின் பயணங்களின் வரலாறு. இந்தியாவுக்குக் கடல்வழி தேடிப் பயணித்த கொலம்பஸ் அமெரிக்காவைக் கண்டுபிடித்தார். மனித வரலாற்றின் மிக முக்கியப் பயணம் அது. முதன்முதலில் இந்தியாவுக்குக் கடல்வழி கண்டுபிடித்த வாஸ்கோடாகாமா ஆசியநாடுகளின் வரலாற்றையே மாற்றினார்.

உலகின் பல்வேறு நாடுகளுக்கு நான் பயணித்திருக்கிறேன். அதன் தொடர்ச்சியாக, நீண்ட தொலைவு காரில் பயணம் செய்யவேண்டுமென்று மூன்றாண்டுகளாகத் திட்டமிட்டுக் கொண்டிருந்தோம். பலமுறை தேதிகளை முடிவுசெய்து, விரிவாகத் திட்டமிட்டிருந்த நிலையில் பல்வேறு காரணங்களால் தள்ளிப் போய்க்கொண்டே இருந்தது. இறுதியில் 2020ஆம் ஆண்டு, பிப்ரவரி 24ஆம் தேதி புறப்படுவது என்று 10 நாட்களுக்கு முன்புதான் முடிவு செய்தோம்.

கொரோனா அச்சம் அதிகமாகப் பரவாத நேரம். எடுத்த முடிவை மாற்றிக் கொள்ளாமல், துணிந்து புறப்பட்டோம். போகுமிடம், வழி, தங்குமிடம் எதையும் முன்கூட்டியே முடிவு செய்யவில்லை.

பயணத்தைத் தொடங்கிவிட்டோம். மறக்க முடியாத அனுபவங்கள் காத்திருந்தன.

வாருங்கள் பயணிப்போம்!

ஆன்மாவைப் புதுப்பிக்கும் பயணங்கள்...

டெல்லியில் உள்ள பரோடா இல்லத்தில் இந்திய இரயில்வேயின் அலுவலகம் இயங்குகிறது. ஸ்ரீமதி உமாசென், அந்த அலுவலகத்தின் மரப்படிகளில் ஏறி இரண்டாவது மாடியை அடைந்தபோது, மூச்சுத் திணறலால் அவரால் பேசமுடியவில்லை. ஏறக்குறைய மயக்கமடையும் நிலைக்கு வந்துவிட்டிருந்தார். அவரைப் பார்த்த ரயில்வே குமாஸ்தா வின் முகத்தில் கேலிப் புன்னகை அரும்பியது.

சாகப்போகும் தருணத்தில் காசி, ராமேஸ்வரம் சென்று சுற்றிப்பார்க்க ஆசைப்படும் இன்னொரு கிழவி என்று ஏளனத்தோடு பார்த்தார், அந்தக் குமாஸ்தா.

"உங்களுக்கு என்னவேண்டும்?" என்று கேட்டார்.

மூச்சுத்திணறலுக்கிடையே, "எங்கள் ஊரைச் சேர்ந்த வர்கள் இந்தியா முழுவதையும் சுற்றிப்பார்ப்பதற்கு ஏற்பாடு செய்யவேண்டும்" என்றார் உமாசென்.

"ஓ! குரூப் டூரா? நீங்கள் மிஸ்டர் தேவ் அவர்களைச் சந்தியுங்கள். அதோ..." என்று இரண்டு மேசைகள் தள்ளி அமர்ந்திருந்த கண்ணாடி அணிந்தவரை கைகாட்டினார், குமாஸ்தா. பெயரைக் கேட்டவுடன், அவரும் தன்னைப் போல ஒரு வங்காளத்துக்காரர் என்றறிந்த உமாசென் நிம்மதியும் மகிழ்ச்சியும் அடைந்தார். தான் வந்த காரணத்தை கண்ணடிக்காரரிடம் சொன்னார்.

மேற்கு வங்காளத்தில் அமைந்திருக்கும், உலகம் அதிகம் அறிந்திராத ஒரு சிறிய கிராமத்தைச் சேர்ந்தவர், உமாசென். இளம் வயதிலேயே விதவையான அவருக்கு குழந்தைகள் கிடையாது. பெரும் சொத்துக்குச் சொந்தக்காரர். கடந்த சில ஆண்டுகளாகவே மூச்சுத் திணறலால் அவதிப்பட்டார். வாழ்வின் அந்திமக் காலத்தில் இருப்பதை உணர்ந்தார்.

தன்னுடைய சொத்துக்களின் மூலம் தன்னுடைய கிராமத்திற்கு ஏதேனும் செய்ய விரும்பினார். வெளி உலகத்தின் வாசனை படாத குக்கிராமத்திலேயே பிறந்து, வாழ்ந்து, மடியும் தன் கிராம மக்கள், இந்தியா முழுவதையும் சுற்றிப்பார்க்க வேண்டும் என்றும், பல்வேறு வகைப்பட்ட மக்களைச் சந்திக்கவேண்டும் என்றும் ஆசைப்பட்டார். அதற்காகத் தன் சொத்து முழுவதையும் விற்று ஒரு அறக்கட்டளையை உருவாக்கினார். அந்தப் பணத்தில் அவருடைய கிராம மக்கள் ஒரு ரயில் பெட்டியை வாடகைக்கு எடுத்துக்கொண்டு, இமயமலையில் இருந்து குமரிமுனை வரை இந்தியாவில் இருக்கும் பல முக்கிய நகரங்களுக்கும், புண்ணியத் தலங்களுக்கும் சென்றுவர வேண்டும் என ஆசைப்படுவதாகவும், அதற்கு வேண்டிய அனைத்து ஏற்பாடுகளையும் செய்துதர வேண்டும் என்றும் வேண்டிக்கொண்டார். உமாசென்னின் கிராமத்தைப் போன்ற ஒரு கிராமத்திலிருந்து வேலைக்கு வந்திருந்த தேவின் கண்களில் கண்ணீர் பெருகியது. அவர் அனைத்து ஏற்பாடுகளையும் செய்வதாக உறுதியளித்தார்.

அவருடைய கிராமத்தைச் சேர்ந்த 44 ஆண்களும் பெண்களும், அவர்கள் வாழ்நாளின் மிகச் சிறந்த தருணங்களைக் கண்ட ஏழு மாதப் பயணத்தைத் தொடங்கியபோது உமாசென் உயிரோடு இல்லை. அந்த 44 பேரையும் வழிநடத்த அந்த ஊரைச் சேர்ந்த ஆசிரியர் ஆஸின் உடன் பயணித்தார்.

கனடா நாட்டைச் சேர்ந்த ஆராய்ச்சி மாணவி ஹெதர் உட்ஸ், ஏழு மாதங்களும் அவர்களுடனே பயணம் செய்து, அவர்களைச் சுற்றி நடந்த அனைத்து நிகழ்வுகளையும் பதிவு செய்தார். அந்த அனுபவங்களை 'Third Class Ticket' என்ற நூலாக வெளியிட்டார். இந்தியா முழுவதையும் சுற்றிப் பார்த்த அந்தக் கிராமத்து மக்கள் ஏழு மாதங்களுக்குப் பின்னர், தங்களைத் தாங்களே கண்டுபிடித்தார்கள் என்பதே அந்த நூல் தரும் செய்தி.

சிவபெருமானின் வாழ்விடமாக அவர்கள் நினைத்திருந்த இமயமலையையும், மூன்று கடல்கள் சந்திக்கும் இடமாகச் சொல்லப்படுற கன்னியாகுமரியையும் கண்டுகளிக்கிறார்கள். அவர்களோடு வந்த சமையல்காரன் பாதியில் ஓடிவிட, வேறு வழியின்றி பல்வேறு வகை உணவுகளைச் சுவைத்துப் பார்க்கிறார்கள்.

முஸ்லிம்களையும், கிறிஸ்தவர்களையும் வெறுப்புக்குரிய வர்களாக நினைத்திருந்தார்கள். இந்தப் பயண அனுபவங்களின் வாயிலாக எந்த மதத்தைச் சேர்ந்தவர்களாக இருந்தாலும், அவர்களும்

மனிதர்கள்தான் என்பதையும், எல்லா மதங்களும் அன்பையே போதனை செய்கின்றன என்பதையும் அறிந்துகொண்டார்கள். கிராமிய வாழ்க்கையின் சாதிக் கட்டமைப்புகளை உடைத்தெறி கிறார்கள். கல்லூரியில் படிக்கும் இளம் பெண்களைப் பார்த்து வெட்கி, ஊருக்கு வந்தவுடன் தங்கள் பெண் குழந்தைகளைப் பள்ளிக்கு அனுப்பத் தொடங்கினார்கள்.

மிட்டு ஒரு மட்பாண்டக் கலைஞன். ஊட்டியில் ஒரு பாதிரியாரின் இருப்பிடத்திற்கு அருகில் தங்கி இருக்கும்போது, மண்ணைப் பிசைந்து ஒரு சிலையை வடிக்கிறான். அதைப் பார்த்த பாதிரியார் பிரமித்துவிடுகிறார்.

அவனை, ஒரு காதல்ஜோடியின் சிலையை வடிக்கச் சொல்லி அதனை மகிழ்ச்சியோடு பெற்றுக்கொள்கிறார். ரின்னு என்ற பெண், பயணவழியில் பார்க்கும் காட்சிகளைச் சித்திரமாக வரைகிறாள். இந்தக் கூட்டம், கல்கத்தா கலைப்பொருட்கள் காட்சியகத்துக்குச் செல்லும்போது, காட்சியகத்தின் காப்பாளர், ரின்னு வரைந்த படங்களைப் பார்த்து அவற்றைக் காட்சியகத்தில் வைப்பதற்காக விலைபேசுகிறார். ஒரு படத்திற்கு ஐம்பது ரூபாய் தரத் தயாராக இருக்கிறார் (இது நடந்த ஆண்டு 1969!).

முதன்முதலாக தங்கள் கிராமத்தின் எல்லைகளை விட்டு வெளியே வந்த அந்த எளிய மக்களை, செல்லும் வழியெல்லாம், பெரும்பாலானோர் பிச்சைக்காரர்களாகவே மதித்தார்கள்.

மைசூருக்கு அருகில் இருக்கும் பிருந்தாவன் தோட்டத்தில் ஒரு வெளிநாட்டுக்காரர் இவர்களைப் பார்க்கிறார். பிச்சைக் காரர்கள் என்று எண்ணி புகைப்படம் எடுக்கத் தொடங்குகிறார். புகைப்படம் எடுத்த பின்னர் இவர்களுக்குப் பணமும் தருகிறார். இவர்கள் அந்தப் பணத்தை வாங்க மறுத்து, பயணத்தில் கற்றுக்கொண்ட சில ஆங்கில வார்த்தைகளைப் பயன்படுத்தி, தங்களுடைய கதையை அவருக்குப் புரிய வைக்கிறார்கள். அதைக்கேட்டுப் பிரமித்துப்போன அந்த ஆங்கிலேயர் விருந்துக்கு அழைக்கிறார்.

இந்த எளிய மக்கள் உயர்தர உணவு விடுதிக்குச் செல்ல, அங்கிருந்த ஆங்கிலேயர்கள் வரவேற்க, பலவகையான உணவுகளை உண்டு மகிழ்கிறார்கள். பயணத்தின்போது, அவர்களுக்கு வழிகாட்டியாக வந்த ஆஸின் நோய்வாய்ப்பட்டு இறக்கிறார். அவர்களோடு வந்த ஒரு முதிய பெண்ணும் மன அழுத்தம் காரணமாக தற்கொலை செய்துகொள்கிறார்.

மருத்துவர் இரா.செந்தில்

ஏழுமாதங்களுக்குப்பிறகு தங்கள் கிராமத்துக்கு வந்து சேர்ந்த அந்த மக்களுக்கு, வாழ்க்கையின் முழுப் பொருளையும் அந்தப் பயணம் அளித்தது.

பயணங்கள் அற்புதமான அனுபவங்களைத் தரக்கூடியவை. எவ்வளவு ரசிக்கக்கூடிய வேலையாக இருந்தாலும் அந்த வேலையைத் தொடர்ந்து செய்யும்போது சோர்வு ஏற்படும். சில ஆயிரம் கிலோமீட்டருக்கு ஒருமுறை நம்முடைய வாகனத்தை சர்வீஸ் செய்வதுபோல, ஆண்டுக்கு ஒருமுறை நம்முடைய ஆன்மாவை சர்வீஸ் செய்யவேண்டும். அதற்கான சிறந்த வழி பயணங்களே.

சாலை வழியாகவே இந்தியாவைச் சுற்றிப் பார்க்கவேண்டும் என்பது நீண்டநாள் திட்டம். தொடர்ந்தாற்போல் ஒரு மாதம் மருத்துவப்பணியிலிருந்து விடுப்பு எடுப்பது சாத்தியமல்ல. அதனால் தள்ளிப் போய்க்கொண்டே இருந்தது. இந்த முறை உறுதியாக முடிவுசெய்து 23.02.2020 மாலை 6 மணிக்கு தருமபுரியில் இருந்து நானும் என் சகோதரர்கள் குமாரும், சம்பத்தும், என் உறவினரும் ஓட்டுநருமான கேசவனும் புறப்பட்டோம்.

ஒரு வாரத்திற்கு முன்பாகவே என்னவெல்லாம் எடுத்துக் கொண்டு போகவேண்டும் என்ற பட்டியல் போட்டு, எல்லா வற்றையும் சரி பார்த்துத்தான் புறப்பட்டோம். புறப்பட்டு ஐந்து நிமிடம் கழித்து கேசவனிடம், "வண்டியின் ஒரிஜினல் ஆர்.சி. புத்தகம், இன்சூரன்ஸ் காகிதங்கள் இருக்கின்றனவா?" என்று கேட்டபோது திடுக்கிட்டுப் போனார்!

"சார்... பாஷாவோட மேஜை டிராயரில் வைத்துப் பூட்டினேன். மறந்துட்டேன்" என்று சொன்னார். புகைப்படம், வீடியோ எல்லாம் எடுத்துக்கொண்டு நண்பர்கள் வழியனுப்ப பந்தாவாகப் புறப்பட்டாகிவிட்டது. போன வேகத்திலேயே திரும்ப வேண்டாம் என்று, காரை ஒரு ஓரமாக நிறுத்திவிட்டு, கேசவனை ஷேர் ஆட்டோவில் மருத்துவமனைக்கு அனுப்பினோம்.

மறுபடியும் கேசவனிடமிருந்து போன், "பாஷா, மேஜையைப் பூட்டிவிட்டு சேலத்துக்குப் போய்விட்டார்!" என்று. அப்புறம் பூட்டுத் திறக்கிறவனைக் கூட்டிக்கொண்டு வந்து, பூட்டைத் திறந்து, ஆர்.சி. புக்கோடு கேசவன் வருவதற்கு முக்கால் மணி நேரம் ஆனது!

ஒரு வழியாகப் புறப்பட்டோம்!

2020 FEB

24

இந்திய வரலாற்றின் மிகச் சிறந்த நிர்வாகி

எங்கள் முதல் நிறுத்தம் அனந்தப்பூரிலிருந்து 60 கிலோமீட்டர் தொலைவில் உள்ள கூட்டி (Gooty) என்ற ஊர். நாங்கள் கடைசியாகப் போய்ச் சேரும் இடத்தை இன்னமும் முடிவு செய்யவில்லை. தங்கும் இடங்களை ஏற்கெனவே தேர்வு செய்து அறைகளையும் பதிவு செய்து வைக்கவில்லை. இந்தப் பயணத்தைப் பொறுத்தவரை அடுத்த நாள் எங்கே போவது என்பதை, முந்தைய இரவு இறுதிசெய்து பயணிப்பது என்று முடிவெடுத்திருந்தோம்.

தருமபுரியில் இருந்து கூட்டி வரையிலுள்ள தேசிய நெடுஞ்சாலை, தலைக்கு நேர் வகிடு எடுப்பதுபோல தென் இந்தியாவின் நடுக்கோடாகச் செல்கிறது. நான், கூகுள் மேப்ஸை பெரிதும் நம்புகிறவன். மாலைவேளையில் பெங்களூருக்கு உள்ளேயே போவதுபோல கூகுள் வழி காட்டியது. ஆச்சரியம், ஆனால் உண்மை! எங்கேயும் டிராபிக்ஜாம் இல்லாமல் பெங்களூரைக் கடந்துவிட்டோம். பெங்களூருக்கு வெளியே ஒரு நல்ல உணவு விடுதியில் உணவருந்திவிட்டுப் பயணத்தைத் தொடர்ந்தோம். இரவு கூட்டிக்கு வெளியே தேசிய நெடுஞ்சாலையை ஒட்டி இருந்த விடுதியில் தங்கினோம்.

காலை எழுந்தவுடன் கூட்டி கோட்டை நோக்கிப் புறப்பட்டோம். கூட்டி, வரலாற்று முக்கியத்துவம் வாய்ந்த ஊர். பெங்களூரிலிருந்து கூட்டி சேரும்வரை வழியில் உயரம் குறைந்த சிறிய குன்றுகள் மட்டுமே தென்பட்டன. மரங்கள் இல்லாத சிறிய மேடுகள். கூட்டி குன்றில் உள்ள கோட்டை ஏறத்தாழப் பத்து கிலோமீட்டர் சுற்றளவு கொண்டது. கி.பி. 1076 முதல் 1126 வரை இங்கே ஆட்சி செய்த சாளுக்கிய மன்னன் ஆறாம் விக்கிரமாதித்தன் இந்தக் கோட்டையைக் கட்டினான். பின்னர், நாயக்க

மன்னர்கள், முகலாய மன்னர்களான அவுரங்கசீப், ஹைதர் அலி ஆகியோர் வசம் இருந்து, கடைசியாக பிரிட்டிஷார் கைக்கு வந்தது. பிரிட்டிஷ் ஆட்சிக்காலத்தின் தலைசிறந்த நிர்வாகிகளில் ஒருவரான சர் தாமஸ் மன்றோ இங்கே பலமுறை வந்து தங்கி, நிர்வாகம் செய்திருக்கிறார்.

தாமஸ் மன்றோ இங்கிலாந்து நாட்டின், வீரத்துக்குப் புகழ் பெற்ற ஸ்காட்லாந்து பகுதியைச் சேர்ந்தவர். மன்றோவின் தந்தை அமெரிக்காவில் பெரிய தொழிலதிபராக இருந்தார். அமெரிக்க விடுதலைக்குப் பிறகு அமெரிக்காவில் தொழிலைத் தொடர முடியவில்லை. எல்லாச் சொத்துக்களையும் அங்கேயே விட்டுவிட்டு இங்கிலாந்து திரும்புகிறார். குடும்பம் திடீரென்று ஏழ்மை அடைகிறது. மிகப்பெரிய தொழில் அதிபராக இருந்தவர், தன் மகன் மன்றோவை சாதாரண சிப்பாய் வேலைக்காக இந்தியா அனுப்புகிறார். 1780ஆம் ஆண்டு, ஜனவரி 15ஆம் நாளன்று, சிப்பாயாக சென்னை வந்திறங்கிய மன்றோ, தன் கடின உழைப்பாலும் திறமையாலும் கவர்னராக பதவி உயர்வு பெற்று, பின்னர், கவர்னர் ஜெனரல் பதவிக்கும் பரிந்துரைக்கப்பட்டார்.

1792ஆம் ஆண்டு முதல் 1799ஆம் ஆண்டு வரை தருமபுரிப் பகுதியின் ஆட்சியராகப் (துணைஆட்சியர்) பணியாற்றினார் தாமஸ் மன்றோ. தருமபுரியிலுள்ள வேல் பால் டிப்போவின் அருகில் இருக்கும் மன்றோ தூண், அவர் இங்கே வாழ்ந்ததற்கான நினைவுச்சின்னம். அங்கிருந்து முஸ்லிம் தெருவுக்குப் போகும் வழியில் இருக்கும் குளம் அவர் வெட்டியது. அருகில் அவர் வீடு இருந்தது. அதனைச் சுற்றி அழகானத் தோட்டத்தை அமைத்திருந்தார். தருமபுரியில் இருந்து, இருமத்தூர் அருகே இருக்கும் தென்பெண்ணை ஆறு வரை குதிரையில் சென்று குளித்து வருவது அவருக்கு மிகவும் பிடிக்கும். தென்பெண்ணை ஆறு, இங்கிலாந்து நாட்டில் ஓடும் கெல்வின் நதிபோல இருப்பதாக தன் தந்தைக்கு எழுதியக் கடிதத்தில் தெரிவிக்கிறார். காலைநேரங்களில், பாதுகாப்புக் காவலர்கள் இல்லாமல் குதிரையில் சென்று விவசாய மக்களுடன் உரையாடி, அவர்களின் குறையை அறிவது அவருடைய வழக்கம்.

தருமபுரியிலுள்ள நரசய்யர் குளம் அனைவருக்கும் தெரியும். தெரியாத செய்தி, நரசய்யர் என்பவர் 1790களில், தருமபுரி ஆட்சியர் அலுவலகத்தில் கணக்காயராக இருந்த காலத்தில், அன்றைய மதிப்பில் 7 லட்சம் ரூபாய் (இன்றைய மதிப்பில் பல்லாயிரக்கணக்கான கோடிகள்!) ஊழல் செய்தவர்! தான்

செய்தக் குற்றங்களுக்குப் பிராயச்சித்தம் தேடி அவர் வெட்டிய குளம்தான் நரசய்யர் குளம்.

அந்தக்காலத்தில், சித்தூர் மாவட்டம் என்பது திருப்பதியை உள்ளடக்கியது. சர் தாமஸ் மன்றோ, சித்தூர் ஜில்லாவின் கலெக்டராக இருந்தார். அவர் திருப்பதி மலை ஏற விரும்பினார். கிருத்துவர் என்ற காரணம் காட்டி அவருக்கு அனுமதி மறுக்கப்பட்டது. இருந்தாலும் அவர் திருப்பதியில் பணியாற்றிய நூறு பூசாரிகளுக்கு நிலம் வழங்கினார். சமையல் செய்வதற்கான 'கந்தகம்' என்ற பாத்திரங்களையும் வழங்கினார். அதற்கு நன்றிக்கடனாக வெங்கடாசலபதி சிலைக்குச் செய்யப்படும் முதல் நைவேத்தியம் தாமஸ் மன்றோ பெயரில் செய்யப்பட்டது. இன்றளவும் திருமலையில் அதிகாலையில் நடத்தப்படும் முதல் நைவேத்தியம் மன்றோ பெயரில் நடக்கிறது என்பது பலரும் அறிந்திடாத, வியப்பான செய்தி.

மன்றோவின் ஆட்சிக்காலம் தருமபுரி மாவட்ட வரலாற்றின் மிக முக்கியமான காலம். இந்தியாவிலேயே முதல் முறையாக நில அளவை செய்யப்பட்டு, உழுபவனுக்கே நிலம் சொந்தமானது, மன்றோவின் காலத்தில்தான். அந்த வரலாற்று நிகழ்வு, தருமபுரியில் தொடங்கியது என்பது நமக்குப் பெருமை. அதுவரை நிலம் என்பது மன்னர்களுக்குச் சொந்தம். விவசாயிகள் குத்தகைக்கு மட்டுமே இருந்தார்கள். குத்தகைத் தொகையை ஜமீன்தார்களிடம் அல்லது குத்தகை பெறும் உரிமை பெற்றவர்களிடம் செலுத்தவேண்டும். பண்டையக் காலங்களில் ஒரு அரசன் படையெடுத்து அடுத்த நாட்டைக் கைப்பற்றும்போது, அந்த நாட்டின் பகுதிகளில் வரி வசூலிக்கும் உரிமை, அந்தப் படையின் தளபதிகளுக்கு வழங்கப்படும். அவர்கள் வசூலிக்கும் வரியில் ஒரு பகுதியை அரசுக்குத் தந்துவிட்டு மீதியை தாங்களே வைத்துக்கொள்ளலாம்.

முதன்முதலில் மன்றோ, விவசாயிகளுக்கு நிலத்தை வழங்கி, நேரடியாக வரிவசூல் செய்ய திட்டமிட்டார். நிலத்தை வழங்கிய போது அதை ஏற்றுக்கொள்ளக்கூட தர்மபுரி மாவட்ட விவசாயிகள் முன்வரவில்லை என்பது ஆச்சரியம். ஆண்டாண்டுக் காலமாக குத்தகைக்கு வேளாண்மை செய்து வந்தவர்களுக்கு, ஒரு நிலத்தை தாங்களே உரிமை கொண்டாடி, சீர்செய்து, நேரடியாக வரி கட்டி விவசாயம் செய்யமுடியுமா என்ற அச்சம் இருந்தது, பின்னாளில், சித்தூர் மாவட்டத்தில், விவசாய வரியை, நேரடி வரியாக மாற்றும் ரயத்துவாரி முறையை அறிமுகப்படுத்தி அதனை வெற்றிகரமான திட்ட மாதிரியாக நிறுவினார்.

மன்றோ கம்பீரமான உடல் அமைப்புக் கொண்டவர். ஆனால், அவர் முகமெங்கும் அம்மைத் தழும்பு உண்டு. கேட்கும் திறன் சிறிது குறைவு. விளையாட்டுகளிலும், உடற்பயிற்சியிலும் ஆர்வம் கொண்டவராக இருந்தபோதும், பெண்களிடம் பேசும் விருப்பம் இல்லாதவர்.

ஒரு முறை ஆங்கிலேயர்கள் நடத்திய விருந்தில் 'A' என்ற எழுத்தில் முடியும் பெண்களின் பெயர்களை எழுதும் போட்டி நடத்தினார்கள். அப்போது, மற்ற ஆங்கிலேயர்கள் Laura, Clara என்றெல்லாம் எழுதிக் கொடுத்தபோது, மன்றோ மட்டும் India என்று எழுதினார். தன்னுடைய 53ஆம் வயதில் 23 வயதுடைய பெண்ணைக் கைப்பிடித்தார். மனைவியோடு இங்கிலாந்து சென்றுகொண்டிருந்தபோது கப்பலிலேயே முதல் குழந்தை பிறந்தது. இங்கிலாந்து சென்ற சில மாதங்களிலேயே அந்தக் குழந்தையை, பாட்டி வீட்டில் விட்டுவிட்டு மீண்டும் இந்தியா வந்துவிட்டார். அவருடைய அறுபதாவது வயதில், இரண்டாவது குழந்தை பிறந்த சில மாதங்களில் அவருடைய மனைவி இங்கிலாந்துக்குச் சென்றுவிட்டார்.

கூட்டிப் பகுதியில் பயணம் மேற்கொண்டிருந்தபோது கூட்டிக்கு 15 கிலோமீட்டர் தொலைவில் உள்ள பட்டிகொண்ட என்ற இடத்தில் காலரா நோயால் பாதிக்கப்பட்டார். தான் பிழைக்கமாட்டோம் என்றுணர்ந்த மன்றோ, மற்றவர்களுக்கு நோய்த்தொற்று ஏற்படாமல் இருப்பதற்காக அனைவரையும் வெளியே அனுப்பிவிட்டார். அன்றே இறந்துவிட்டார். அவருடைய உடல் கூட்டி கோட்டையின் அடிவாரத்தில் இருக்கும் ஆங்கிலேயர்களின் கல்லறைத் தோட்டத்தில் அடக்கம் செய்யப்பட்டது.

அவரோடு பணிபுரிந்த ஆங்கிலேய அதிகாரியான ஜான் மெக்லியாடும் காலராவின் பாதிப்புக்கு உள்ளானார். மெக்லியாடின் கடைசி விருப்பம், தான் இறந்த பிறகு, தாமஸ் மன்றோவின் கல்லறைக்கு அருகிலேயே அடக்கம் செய்யப்பட வேண்டும் என்பதுதான். இங்கிலாந்து நாட்டின் ஸ்காட்லாந்து பகுதியில் பிறந்து, நாட்டுக்காக வாழ்ந்து, மறைந்த தாமஸ் மன்றோவின் சவப்பெட்டி பின்னர், சென்னைக்கு எடுத்துச் செல்லப்பட்டு செயின்ட் ஜார்ஜ் கோட்டைக்குள்ளாக மறு அடக்கம் செய்யப்பட்டது. இடைப்பாடி அமுதன் அவர்கள் மன்றோவின் வரலாற்றை 'கொங்கு நாட்டில் தாமஸ் மன்றோ' என்ற பெயரில் ஒரு சிறந்த நூலாக எழுதியிருக்கிறார்.

மன்றோ முதலில் அடக்கம் செய்யப்பட்ட இடத்துக்குச் சென்று சில மணித்துளிகள் அஞ்சலி செலுத்தினோம். கூட்டி மலையடிவாரத்தில் உள்ள கல்லறைத் தோட்டத்தில் பல வெள்ளைக்கார அதிகாரிகளும், அவர்களுடைய குடும்பத்தினரும் அடக்கம் செய்யப்பட்டிருக்கிறார்கள். அங்கே ஒரு ஐந்து வயதுக் குழந்தையின் கல்லறை இருக்கிறது. அந்தக் கல்லறையின் மீது பின்வரும் வாசகம் எழுதப்பட்டிருந்தது:

'எங்கள் அன்பை உன் மீது பொழிந்தோம்
இவ்வளவு விரைவாக எங்களை விட்டுச் சென்றுவிட்டாய்
எங்கள் ரணங்களுக்கு ஒரே ஆறுதல்
மண்ணை விட்டுச் சென்றாலும்
சொர்க்கத்தில் நீ வாழ்கிறாய் என்பதே'

தங்கள் மண்ணையும், உறவுகளையும் பிரிந்து, ஆபத்து நிறைந்த கடலில் பல்லாயிரக்கணக்கான மைல்கள் பயணம் செய்து, உயிரைத் துச்சமென மதித்துப் போரிட்டு, உலகெங்கும் தங்கள் ஆட்சியை நிறுவிய ஆங்கிலேயர்கள் தங்கள் நாட்டை உலகத்தின் மிகச் சிறந்த நாடாக மாற்றினார்கள். அவர்களுடைய மொழியை உலக மொழியாக்கினார்கள்!

○

2020 FEB

25

SUN MON TUE WED THU FRI SAT

இந்தியாவை அளந்தவர்

கூட்டி கோட்டையைச் சுற்றிப் பார்த்த பிறகு, அடிலாபாத் நோக்கிய பயணத்தைத் தொடங்கினோம். காலை பத்தரை மணிக்குப் புறப்பட்டு மிக நேர்த்தியாக அமைக்கப்பட்டிருந்த நெடுஞ்சாலை வழியாகப் பயணித்தோம்.

இந்தப் பயணத்துக்கு எந்தக் காரை பயன்படுத்துவது என்று முன்னதாகவே விவாதித்தோம். நான் ஃபியட் லீனியா கார் வைத்திருக்கிறேன். கரடுமுரடான பயணத்துக்கு இதைப் பயன்படுத்துகிறேன். இதனுடைய கிரவுண்ட் கிளியரன்ஸ் அதிகம் (185மிமீ). ஐரோப்பிய வண்டிகளுக்கே உரிய உறுதியான கட்டுமானம் உள்ளது. ஆனால், இது மேனுவல் கியர். என் மனைவி, அவர் பயன்படுத்தும் ஸ்கோடா சுபர்ப் காரை எடுத்துக்கொண்டு போகச்சொன்னார். என் மகளும் அவளுடைய ஸ்கோடா ரேபிட் காரைப் பயன்படுத்தச் சொன்னாள். அவர்கள் சொன்ன காரணங்கள், அவை ஆட்டோமேட்டிக் கார்கள் என்பதும் என்னுடைய ஃபியட் கார் ஏற்கெனவே 1,25,000 கிலோமீட்டர்கள் ஓடிவிட்டது என்பதும். இரண்டு காரணங்களுக்காக அவர்களுடைய பரிந்துரையை ஒதுக்கிவிட்டு என்னுடைய பியட் லீனியா காரையே தேர்வு செய்தேன்.

திட்டமிட்டபடி பூடான் போவதாக இருந்தால் கார் ஓட்டுபவரும், உரிமையாளரும் ஒருவராக இருந்தால் மட்டுமே அனுமதி தரப்படும் என்பது ஒன்று. இரண்டாவது காரணம், ஒரு லட்சத்து இருபத்து ஐந்தாயிரம் கிலோமீட்டர்கள் ஓடி இருந்தாலும், ஃபியட் கார் நம்பிக்கைக்குரியது என்பதும், நன்கு பழக்கமானது என்பதும்.

கூட்டியிலிருந்து அடிலாபாத் வரையிலான 633 கிலோ மீட்டரை, கூகுள் கணித்திருந்த 9 மணி நேரத்துக்குப் பதிலாக எட்டு மணி நேரத்திலேயே கடந்துவிட்டோம். எங்கள் முடிவு சரியானது என்பதை உறுதி செய்யும்விதமாக கொஞ்சமும் அலட்டலின்றிச் சென்றது கார்.

முதலில் கொஞ்சதூரம் ஆந்திரப்பிரதேசம். கர்னூல் தாண்டிய பிறகு தெலுங்கானா. இந்தப் பகுதியில் பெரிய அளவில் வேளாண்மை நடப்பதாகத் தெரியவில்லை. வறண்ட நிலங்களாகவே கண்ணில் பட்டன. ஊர்களும் குறைவுதான். கண்ணில் தென்பட்ட சிறிய ஊர்களில் கட்டமைப்பு வசதிகள் நன்றாக இருப்பதைக் காணமுடிந்தது.

இரவு அடிலாபாத்தில் தங்கிவிட்டு அடுத்தநாள் காலையில் அந்த நகரின் அருகிலுள்ள ஜெயநாத் கோவிலைப் பார்க்கத் திட்டமிட்டிருந்தோம். எல்லாருமே உற்சாகமாக இருந்ததால் அப்போதே ஜெயநாத் கோவிலைப் பார்க்கச் சென்றோம்.

கி.பி. நான்காம் நூற்றாண்டு முதல் ஒன்பதாம் நூற்றாண்டு வரை இப்பகுதியை ஆண்ட பல்லவ மன்னர்களால் கட்டப்பட்ட கோவில் இது. இந்தக் கோவில் சமண கட்டடக்கலைப் பாணியில் கட்டப்பட்டிருக்கிறது. பிராகிருதத்தில் எழுதப்பட்ட கல்வெட்டு ஒன்று இருக்கிறது. இதில் என்ன எழுதப்பட்டிருக்கிறது என்பது குறித்து இணையத்தில் தேடியபோது மாறுபட்ட செய்திகள் கிடைத்தன. மிக அழகான கோவில் இது.

நேரம் இருந்ததால் இன்னும் கொஞ்சம் பயணிப்போம் என்று முடிவுசெய்து பயணத்தைத் தொடர்ந்தோம். அடிலாபாத் திலிருந்து 25 கிலோமீட்டர் தூரத்திலிருந்து மகாராஷ்டிர மாநிலம் தொடங்குகிறது. ஒரு மணிநேரப் பயணத்துக்குப் பிறகு சாலையோரம் இருந்த ஒரு நல்ல விடுதியில் இரவு தங்கி, காலை புறப்பட்டோம்.

இந்தப் பயணத்தின்போது நாங்கள் தவறாமல் பார்க்கத் திட்டமிட்டிருந்த இடங்களில் முதலாவது ஒரு கல்லறை என்பது உங்களுக்கு வியப்பாக இருக்கலாம். யாருடைய கல்லறை அது என்பதை அறிவதற்கு வரலாற்றின் பக்கங்களைக் கொஞ்சம் புரட்டிப் பார்க்கவேண்டும்.

1802ஆம் ஆண்டு ஏப்ரல் 18ஆம் தேதி பரங்கிமலை என்று நாம் அழைக்கும் செயின்ட் தாமஸ் மலையில் இருந்து, அருகில் இருக்கும் ஒரு குன்று வரை ஒரு நேர்க்கோட்டை குறித்து,

அதனை அளந்தார் கேப்டன் வில்லியம் லாம்ப்டன். இந்தியத் துணைக்கண்டம் முழுவதையும் அளந்த முதல் சர்வேயின் முதல் கோடு அதுதான். கடைசிக்கோடு முடிந்த இடம் இமயத்தின் பாதம். இந்த நில அளவைப் பயணம், "அறிவியல் வரலாற்றில் மேற்கொள்ளப்பட்ட பயணங்களிலேயே மிகப் பிரமாண்டமான, பிரமிப்பான பயணம்!" என்று புவியியல் ஆய்வாளர்களால் வர்ணிக்கப்படுகிறது.

நான்காம் கர்நாடகப் போரில் திப்புசுல்தானை வீழ்த்திய படையில் பெரும்பங்காற்றியவர் லாம்ப்டன். திப்புவின் வீழ்ச்சிக்குப் பிறகு, ஏறக்குறைய இந்தியா முழுமையும் ஆங்கிலேயர் கட்டுப்பாட்டின் கீழ் வந்துவிட்டது. இனி, பெரிய போர்கள் செய்யவேண்டிய தேவையில்லை என்று தாங்கள் வென்ற நிலப்பரப்பை நிர்வகிப்பதில் கவனத்தைச் செலுத்தினர்.

இந்திய நாடு முழுவதையும் அளவிட வேண்டும் என லாம்ப்டன் திட்டமிட்டார். சென்னை ராஜதானியின் ஆளுநரிடம் அனுமதி பெற்று பணியைத் தொடங்கினார்.

இரண்டு மாட்டு வண்டிகள். ஒரு வண்டியில் 20 அடி நீளம் இருந்த 'தியோடலைட்' என்ற அளக்கும் கருவி. இங்கிலாந்தில் இருந்து வரவழைக்கப்பட்ட கருவி அது. அந்தக் கருவி வந்த கப்பல் பிரான்ஸ் நாட்டினரால் சிறைபிடிக்கப்பட்டுப் பின்னர் விடுவிக்கப்பட்டது. (லாம்ப்டன் பயன்படுத்திய அந்தக் கருவி இப்போது டேராடூனில் உள்ள அருங்காட்சியகத்தில் வைக்கப்பட்டிருக்கிறது).

1802ஆம் ஆண்டு தொடங்கப்பட்ட பணி 40 ஆண்டுகள் நடைபெற்றது. ஆயிரக்கணக்கான பேர் ஈடுபட்டு, நூற்றுக் கணக்கானோர் உயிர்களைத் தியாகம் செய்து, எண்ணற்ற இடையூறுகளைச் சந்தித்து முடிக்கப்பட்ட பணி இது. சுட்டெரிக்கும் வெயில், கடும் மழை, வெள்ளம், புயல் போன்ற இயற்கைச் சீற்றங்கள், கோபக்கார ஆதிவாசிகள், தங்கள் நிலங்களை அபகரிக்க வந்த எதிரிகளாகப் பார்த்த விவசாயிகள், தொற்று நோய்கள், ஆபத்தான விலங்குகள், நச்சுயிரிகள் ஆகியவற்றை எதிர்கொண்டு லாம்ப்டன் இந்தப் பணியை நடத்தினார்.

தஞ்சைப் பெரிய கோவிலின் ஒரு பகுதியில் நின்று நில அளவை செய்யும்போது, கட்டடத்தின் பகுதி இடிந்து விழுகிறது. இதனால் நில அளவைப் பணிக்குக் கடும் எதிர்ப்பு வருகிறது. பதேபூர் சிக்ரியில் நில அளவை செய்யும்போது அக்பர் சமாதியின் ஒரு ஸ்தூபி மறைக்கின்றது என்று மேல் பகுதியைக் கொஞ்சம்

இடித்து விடுகிறார்கள். உடனடியாக நிஜாமின் ஆட்கள் இவர்களைத் துப்பாக்கிமுனையில் சிறைபிடித்து விடுகிறார்கள். இப்படிப்பட்ட பல சோதனைகளைச் சந்திக்க வேண்டியிருந்தது.

21 ஆண்டுகள் சர்வே பணியில் ஈடுபட்டிருந்தார் லாம்ப்டன். அவருக்குப் பிறகு, இந்தியாவின் புதிய சர்வேயர் ஜெனரலாக ஜார்ஜ் எவரெஸ்ட் பொறுப்பேற்கிறார். ஜார்ஜ் எவரெஸ்டுக்குப் பிறகு, ஆன்ட்ரூ ஸ்காட் வாக் இறுதிக்கட்டப் பணியைத் தொடர்கிறார். 1856ஆம் ஆண்டு, இமயமலையில் நில அளவை செய்துகொண்டிருந்த ஸ்காட் வாக், அங்கே இருந்த ஒரு சிகரம் உலகில் உள்ள எல்லாச் சிகரங்களையும் விட உயரமாக இருப்பதைக் கண்டுபிடிக்கிறார். 1856ஆம் ஆண்டு, மார்ச் 19ஆம் தேதி கல்கத்தாவில் நடந்த கூட்டத்தில் இந்தக் கண்டுபிடிப்பு அதிகாரபூர்வமாக ஏற்கப்பட்டு, ஸ்காட் வாக்கின் பரிந்துரைப்படி அந்தச் சிகரத்துக்கு 'எவரெஸ்ட்' எனப் பெயரிடப்பட்டது. தன் பெயரை அந்தச் சிகரத்துக்கு வைக்க வேண்டாம் என்று எவரெஸ்ட் மன்றாடினார்!

வில்லியம் லாம்ப்டன் ஒரு தமிழ்ப் பெண்ணை மணந்து கொண்டார். அந்தப் பெண் தூத்துக்குடியைச் சேர்ந்தவராக இருக்கலாம் என்ற கருத்து இருக்கிறது. கடமை தவறாத, நாட்டுப்பற்று மிக்க அதிகாரியான வில்லியம் லாம்ப்டன் 1823ஆம் ஆண்டு, ஜனவரி மாதம் 26ஆம் நாள், நாக்பூருக்கு 47 கிலோமீட்டர் தெற்கே இருக்கும் ஹங்கன்காட் என்ற ஊரில் இறந்து போனார்.

அடிலாபாத்திலிருந்து நாக்பூருக்குப் போகும் வழியில் இருக்கும் ஹங்கன்காட்டுக்குச் சென்று 'இந்திய நில அளவையின் தந்தை' (Father of The Great Indian Trigonometry) என்றழைக்கப்பட வேண்டிய லாம்ப்டனின் கல்லறையைத் தேடினோம். புன்னகை யோடு வழிகாட்டிய ஒருவர், 'இந்தப் பகுதியில் இருக்கலாம்' என்று ஒரு முஸ்லிம்கள் குடியிருப்பைக் காட்டினார். ஏழ்மையின் அடையாளங்களோடு இருந்த நெருக்கமான வீடுகளுக்கு இடையே நடந்து சென்றபோது கவனிப்பாரற்று அந்தக் கல்லறை இருந்தது. அங்கே இருந்தவர்களுக்கு 'இது யாரோ ஒரு வெள்ளைக்கார அதிகாரியின் கல்லறை' என்பதைத் தாண்டி எதுவும் தெரியவில்லை. ஒரு துணைக்கண்டத்தை அடிஅடியாக அளந்தவர் 6 அடிகளுக்குள் அடங்கியிருந்தார்.

'வேதம் புதிது' என்ற படத்தில் "ஒவ்வொரு சமூக மாற்றத்தின் வேரிலும் ஒரு புரட்சியாளனின் இரத்தம் இருக்கிறது!" என்ற

வசனம் இடம் பெற்றிருக்கும். மனித சமூகத்தின் நாகரிக வளர்ச்சியின் ஒவ்வொரு படிக்கட்டும் தன்னலம் கருதாத தியாகசீலர்களால் கட்டப்பட்டவை. அத்தகைய மனிதர்களில் ஒருவரான வில்லியம் லாம்ப்டனுக்கு எங்கள் வணக்கத்தைச் செலுத்திவிட்டு நாக்பூர் நோக்கிச் சென்றோம்.

இந்திய துணைக்கண்டத்தின் முதல் நில அளவையின் விரிவான வரலாற்றை அறிய ரமணன் அவர்கள் எழுதி கவிதா பதிப்பகம் வெளியிட்டுள்ள 'கடைசிக் கோடு' மற்றும் 'The Great Arc' ஆகிய நூல்களைப் படிக்கலாம்.

நாக்பூரின் மையப்பகுதியில் 'ஜீரோ மைல் ஸ்டோன்' என்ற தூண் இருக்கிறது. இந்தக் கல்லை இந்தியாவின் மையப் புள்ளியாகப் பல பேர் நினைக்கிறார்கள். அது தவறு. இந்தத் தூணின் அருகில் 'கிரேட் டிரிகோனமெட்ரிக் சர்வே'வுக்காக அமைக்கப்பட்ட கல்மேடை இருக்கிறது. இந்தக் கல்தூண் நில அளவையின் வரலாற்றை நினைவுகூறும் தூண் மட்டுமே. அதன் அருகில் புகைப்படம் எடுத்துக்கொண்டோம். மீண்டும் எங்கள் பயணத்தை வடக்கு நோக்கித் தொடர்ந்தோம்.

○

26

SUN MON TUE WED THU FRI SAT

தக்கர் கொள்ளையர்கள்

நாக்பூரில் இருந்து ஜபல்பூர் செல்லும் நான்கு வழிச்சாலை ஆங்காங்கே சேதமுற்றிருந்தது. இரண்டு புறமும் காட்சிகள் மாறிவிட்டன. நாங்கள் கடந்து வந்த தமிழகம், கர்நாடகம், ஆந்திரம், தெலுங்கானா ஆகிய மாநிலங்களில் காணப்பட்ட கட்டமைப்பு வசதிகள் இங்கே இல்லை. நாக்பூரைக் கடந்த பிறகு, தக்காணப் பீடபூமியில் இருந்து இறங்கி, ஏறக்குறைய கடல்மட்டத்துக்குச் சமமாக இருக்கும் வடஇந்தியப் பகுதிகளுக்கு வந்துவிடுகிறோம். பருத்தி, நெல் போன்ற பயிர்கள் பயிரிடுவதைக் காண முடிந்தது.

முதல் இரண்டு நாட்கள் பயணத்தில் 1100 கிலோ மீட்டர் கடந்திருந்தோம். மூன்றாம் நாள் பயணத்திலும் 700 கிலோமீட்டர் கடந்துவிடவேண்டும் என்று திட்டம் போட்டோம்.

வெளியூர் மற்றும் வெளிநாட்டுப் பயணங்களின் போது அந்தந்த ஊர்களின் உணவுகளைச் சுவைக்கவேண்டும். பயணம் என்பது தொலைவுகளைக் கடப்பதும், அங்கே இருக்கிற வரலாற்று முக்கியத்துவம் வாய்ந்த இடங்களை அல்லது இயற்கை எழிலைக் காண்பதும் மட்டுமல்ல. புதிய மனிதர்களோடு பேசுவதும் பழகுவதும், அதன் மூலம் அவர்களுடைய பழக்க வழக்கங்களை, கலாசாரங்களை அறிந்துகொள்வதும் பயணங்களின் நோக்கங்களாக இருக்க வேண்டும். SOTC போன்ற சுற்றுலா நிறுவனங்கள் ஏற்பாடு செய்யும் பயணங்களில், ‘மூன்று வேளையும் இந்திய உணவு பரிமாறப்படும்’ என்ற விளம்பரம் இருக்கும். குழுச் சுற்றுலா போகிறவர்கள் மூன்று வேளையும் இந்திய உணவு விடுதிகளில் உண்பதை வழக்கமாக வைத்திருப்பார்கள். உணவு, மனிதர்களின் கலாசாரத்தோடு தொடர்புடையது.

பயணத்தின்போது புதிய உணவுகளைச் சுவைப்பது பயணத்துக்குச் சுவையூட்டும்.

நானும், என் சகோதரர்கள் சம்பத்தும் குமாரும், மூன்றரை ஆண்டுகளாக பேலியோ உணவுமுறையைக் கடைபிடிக்கிறோம். உணவைப் பற்றிய எந்த மதக் கட்டுப்பாடும் இல்லாதவர்கள் நாங்கள். வெளிநாடுகளுக்குப் போகும்போது விமானத்தில் ஏறிய பிறகு, எல்லா இறைச்சிகளையும் கட்டுப்பாடுகள் ஏதுமின்றி உண்போம் (உள்நாட்டிலும் உண்போம்). எனவே, எங்களுக்கு எந்த உணவையும் சாப்பிடுவதில் பிரச்னை இல்லை.

ஆனால், சமையலுக்கு ரீஃபைண்ட் ஆயில் அல்லது சூரியகாந்தி எண்ணெயையே உணவகங்கள் பயன்படுத்து கின்றன. கடலை எண்ணெய், எள் எண்ணெய் மற்றும் தேங்காய் எண்ணெய் பயன்படுத்தத் தொடங்கிய பிறகு, எனக்கிருந்த அல்சர் பிரச்னை நிரந்தரமாகவே தீர்ந்துவிட்டது. அதனால், பயணத்தின்போது முடிந்த அளவு சமைத்து உண்பது என்று முடிவு செய்தோம். நாங்கள் இரு வேளை மட்டுமே உணவு உண்பவர்கள். இரண்டு உணவுக்கு இடையே எந்தத் தின்பண்டமும் எடுத்துக்கொள்ள மாட்டோம். அதனால், எங்கள் பயணம் இன்னமும் எளிது.

சம்பத் ஒரு அருமையான சமையல்காரர். ஐதராபாத் பிரியாணியை ஐதராபாத்தில் சாப்பிடுவதை விட, சம்பத் சமைத்துச் சாப்பிட்டால் இன்னும் சுவையாக இருக்கும். நானும் ஓரளவு சமைப்பேன். 5 கிலோ கேஸ் சிலிண்டர் வாங்கினோம். அதன் மேலேயே வைத்துக்கொள்ளக்கூடிய கேஸ் பர்னர் ஒன்று வாங்கினோம். 3 லிட்டர் குக்கர், தோசைக்கல், பால் கொதிக்க வைக்க ஒரு பாத்திரம் ஆகியவற்றை மட்டும் எடுத்துக் கொண்டோம். எங்களுக்குத்தான் அரிசி, பருப்பு தேவை யில்லையே. 60 முட்டைகள், வெங்காயம், தக்காளி, பூண்டு, இஞ்சி, மிளகாய், கல் உப்பு, கொஞ்சம் காய்கறிகள், சமையல் பொடிகள் இவற்றையெல்லாம் வைத்துக்கொண்டோம். கடலை எண்ணெய், நல்லெண்ணெய், தேங்காய் எண்ணெய் மூன்றும் ஒவ்வொரு லிட்டர்.

காலையில் ஒவ்வொருவருக்கும் நான்கு வேகவைத்த முட்டைகள். தொட்டுக்கொள்ள தக்காளி மற்றும் காய்கறிகள் குருமா. மாலை உணவு வேக வைத்த சிக்கன். எங்கள் சமையல் தொழில்நுட்பம் பள்ளிக்கூடங்களில் சத்துணவு செய்வதுபோல எளிமையானது. அரிந்து வைத்த வெங்காயம், பூண்டு, காய்கறிகள், மிளகாய், கருவேப்பிலை, கொத்துமல்லி, இஞ்சி,

பூண்டு எல்லாவற்றையும் ஒன்றாகச் சேர்த்து, உப்பு மிளகாயோடு வேண்டிய பொடிகளைப் போட்டு குக்கரில் 5 விசில் வரும் வரை சமைத்து, வேக வைத்த முட்டையோடு சேர்த்துச் சாப்பிட்டால் சுவையாக இருக்கும். கோழிக்கறி சமையலும் இதேபோலத்தான். வெங்காயம், தக்காளி, இஞ்சி, உப்பு, மிளகாய் இவற்றோடு கோழிக் கறியையும் வேண்டிய பொடிகளையும் சேர்த்து குக்கரில் வேக வைத்து, சுடச்சுடச் சாப்பிட்டால் அருமையான உணவு!

சாலையோரங்களில் நல்ல நிழல் பகுதியாகத் தேர்ந்தெடுத்து, நாங்கள் கொண்டுவந்திருந்த 10 X 6 அடி தார்ப்பாலினை விரித்து உட்கார்ந்துகொண்டு, அருமையாகச் சமையல்செய்து நிம்மதியாகச் சாப்பிட்டோம்.

இருநூற்று ஐம்பது ஆண்டுகளுக்கு முன்பு இந்தப் பகுதியில் பயணம் செய்வது இவ்வளவு இனிமையாக இருந்திருக்காது. அந்தக் காலத்தில் மிகப்பெரிய செல்வந்தர்கள்கூட மாட்டு வண்டியில்தான் போக வேண்டும். வேலைக்காரர்கள் அவரோடு நடந்து வருவார்கள். இப்படி வரும்போது ஆண்களும் பெண்களும் குழந்தைகளுமாக இன்னொரு பெரிய கூட்டம் பயணம் செல்வதுபோலத் திட்டமிட்டு இணைந்துகொள்ளும். பெண்களையும் குழந்தைகளையும் பார்த்தவுடன் நம்பிக்கை ஏற்பட்டு, வழித்துணையாக இருக்கட்டும் என்று இணைந்து பயணம் போவார்கள். செல்வந்தர் கூட்டத்தில் இருப்பதை விட இணைந்துகொண்ட கூட்டத்தில் ஆண்கள் அதிகமாக இருப்பார்கள்.

ஓரிரு நாட்கள் நெருங்கிப் பழகி, நம்பிக்கையானவர்கள் என்ற நிலை வந்தபிறகு, ஒரு மாலை வேளையில் ஆட்டம், பாட்டத்துடன் விருந்து நடக்கும். விருந்தில், மது தாராளமாகப் பரிமாறப்படும். செல்வந்தரும், அவருடன் வந்தவர்களும் மது குடித்துக்கொண்டிருக்க, புதிதாக இணைந்த கூட்டம் மதுவை அதிகமாகக் குடிக்காமல் இருக்கும்.

சில மணி நேரத்துக்குப் பிறகு, சிறிய குழந்தைகளைத் தனியாக அழைத்துப் போய்விடுவார்கள். கொஞ்சம் கொஞ்ச மாகக் கொலைகாரக் கூட்டத்தின் ஆட்கள், செல்வந்தர் கூட்டத்தின் ஆட்களிடையே ஒருவருக்கு ஒருவரோ அல்லது இருவரோ உட்கார்ந்து கொள்வார்கள். அப்பொழுது கொலைக்கூட்டத்தின் தலைவன் நிமிர்ந்து 'தம்போக்கா லாவ்' (புகையிலை கொண்டு வா) என்று சத்தமிடுவான். அடுத்த நிமிடம் கொலைகாரர்கள் தங்கள் பக்கத்தில் இருக்கும் ஆட்களின் மீது சுருக்குக்

கயிறுகளை வீசி, கழுத்தைப் படுவேகமாக இறுக்குவார்கள். திமிருபவனாக இருந்தால் பக்கத்தில் இருப்பவன் காலைப் பிடித்துக்கொள்வான். சில மணித்துளிகளில் செல்வந்தரும் அவரது ஆட்களும் மொத்தமாகக் கொல்லப்படுவார்கள். இறந்த உடல்களை மொத்தமாக ஒரு குழியில் போட்டுப் புதைத்து விடுவார்கள். பயணக் கூட்டத்தின் மொத்தச் செல்வத்தையும் கொள்ளை அடித்துவிடுவார்கள். அதன்பிறகு, குளித்துவிட்டுத் தங்கள் குல தெய்வமான காளிக்குப் பூசை செய்துவிட்டு உணவருந்துவார்கள். சிறிய குழந்தைகளை, ஆண்களாக இருந்தால் அவர்களை வளர்த்து அவர்களைப் போன்றே கொள்ளையர்கள் ஆக்குவார்கள். பெண்களாக இருந்தால் வளர்த்து தாங்களே திருமணம் செய்துகொள்வார்கள்.

தக்கர்கள் என்றழைக்கப்பட்ட இந்தக் கொலைகாரர்கள் வடஇந்தியப் பகுதிகளில் அறுநூறு ஆண்டுகளுக்கு முன்பிருந்து கொலை, கொள்ளைச் செயல்களில் ஈடுபட்டு வந்திருக்கிறார்கள். அவர்களுடைய பூர்வீகம் பாரசீகம் அல்லது ஆப்கானிஸ்தானம். உயரமான உடலமைப்பும், அழகிய உருவமும் கொண்டவர்கள். இந்தியாவைச் சேர்ந்த பார்ப்பனர்கள் உள்ளிட்ட எல்லாச் சாதியினரும் இவர்களோடு காலப்போக்கில் இணைந்திருக் கிறார்கள். இவர்கள் காளியைக் குலதெய்வமாக வழிபடுபவர்கள்.

'ஸ்தக்கா' என்ற சமஸ்கிருதச் சொல்லுக்கு வஞ்சகன், திருடன் என்று பொருள். இதுவே 'தக்' (ஏமாற்றுபவன்) என்று ஹிந்தியில் மருவி 'தக்கர்' என்ற சொல் வழங்கியது. நான் சிறுவனாக இருக்கும்போது தருமபுரி மாவட்டத்தில், ரொம்பவும் ஏமாற்றும் ஒருவனை, "அவன் சரியான தக்கிடி" என்று சொல்லக் கேட்டிருக்கிறேன். இன்றைக்கும் கிராமங்களில் தக்கிடி என்ற சொல் வழங்கி வருகிறது. ஆங்கிலத்தில் வழங்கி வரும் Thug என்ற சொல் 'தக்கிகள்' என்ற சொல்லிலிருந்து பிறந்தது.

இவர்கள் மத்தியப்பிரதேசம் போன்ற வடமாநிலங்களில் சில கிராமங்களையே ஆக்கிரமித்திருந்தார்கள். ஆண்டுமுழுவதும் பயணம் செய்து, கொலை, கொள்ளைகளை நிகழ்த்திவிட்டு, ஆண்டுக்கு ஒருமுறை தங்கள் சொந்தக் கிராமங்களுக்குத் திரும்பி குடும்பத்தோடு காளிதேவிக்கு விழா எடுப்பார்கள்.

இவர்களுக்கு பல குறுநில மன்னர்களின் ஆதரவு இருந்தது. தாங்கள் கொள்ளையடிக்கும் பொருளில் ஒரு பகுதியைக் கையூட்டாக இந்த மன்னர்களுக்குக் கொடுத்துவிடுவார்கள்.

வேகம்... வேகம்... நெடுந்தூர பயணத்துக்கு வசதியான கார்.

கூட்டி கோட்டை அருகில்...
மருத்துவர் செந்தில், கேசவன், சம்பத்குமார், உதயகுமார்

கூட்டி – சர் தாமஸ் மன்றோ முதலில் அடக்கம் செய்யப்பட்ட இடத்தில்...

நாக்பூரிலுள்ள 'ஜீரோ மைல் ஸ்டோன்'

அவர்களும், சாவது வெளியூர்ப் பயணிகள்தானே என்று இதைக் கண்டுகொள்ள மாட்டார்கள்.

அன்பு, கருணை, இரக்கம், தர்மம், நியாயம் ஏதுமின்றி சக மனிதர்களை சுயநலத்துக்காகக் கொன்று குவித்த இந்தக் கொடியவர்களை இனியும் விட்டு வைக்கக்கூடாது என்று ஒருவர் முடிவெடுத்தார். அதன்படியே துல்லியமாகத் திட்டமிட்டு, படிப்படியாகக் காய் நகர்த்தி, நாலா திசைகளிலும் தக்கர்களை வளைத்துப் பிடித்தார். பாரபட்சமில்லாமல் விசாரணை நடத்தி, தண்டனை பெற்றுத் தந்து, தக்கர் இனத்தையே அடியோடு அழித்து ஒழித்தார். தக்கர்கள் ஒழிப்பு வரலாற்றில் அழுத்தமாகப் பொறிக்கப்பட்ட அந்த ஆங்கிலேயரின் பெயர் வில்லியம் ஹென்றி ஸ்லீமன்.

இங்கிலாந்து நாட்டின் காரன்வால் பகுதியில் உள்ள ஸ்டிரேட்டன் நகரத்தில் பிறந்த ஸ்லீமன், தன் இருபதாவது வயதிலேயே கிழக்கிந்தியக் கம்பெனியில் பணியாற்ற இந்தியா வந்துவிட்டார். 21ஆம் வயதில் நேபாளப்போரில் பங்கேற்றுப் பெரும் புகழடைந்தார். கல்கத்தாவின் வில்லியம்ஸ் கோட்டையின் நூலகத்தில், பிரெஞ்சு நாட்டுப் பயண எழுத்தாளர் ஜீன் டி தேவ்நாட் எழுதிய நூலில், அந்தக்கால இந்தியாவில் இருந்த பயங்கர கொள்ளைக் கும்பலைப் பற்றிப் படித்தார்...

'டெல்லி–ஆக்ரா செல்லும் பாதைகளில் திரிந்த அந்தக் கூட்டத்தைச் சேர்ந்த அழகிய இளம் பெண், பயணிகள் வரும் வழியில் கண்ணீர் விட்டபடி நிற்பாள். பரிதாபப்பட்டு அவள் கதையைக் கேட்டால், நீங்கள் செல்லும் வழியிலே அவளும் செல்ல வேண்டி இருப்பதாகக் கூறி, உங்கள் மாட்டு வண்டி, குதிரை எதிலாவது அவளும் ஏறிக் கொள்வாள். பயணத்தின்போது நீங்கள் சற்று அயர்ந்த வேளையில், தன்னுடைய நீண்ட சுருக்குக் கயிற்றை உங்கள் கழுத்தில் ஒரு நொடிப்பொழுதில் வீசிக் கொன்று விடுவாள். அதற்காகக் காத்திருந்த அவளது கூட்டத்தினர் கொள்ளை முயற்சியை முழுவதுமாக முடிப்பார்கள்!'

இதைப் படித்த ஸ்லீமன் தக்கர்களைப் பற்றி மேலும் தெரிந்து கொள்ள விரும்பினார். ஒருநாள் கலெக்டராக இருந்த அவருடைய நண்பர் வீட்டுக்குச் சென்றபோது, அலமாரியில் இருந்த டாக்டர் ஷெர்வுட் எழுதிய 'Of The Murderers Called Phansigars' என்ற நூலைப் படித்தார். கழுத்தில் தூக்குக்கயிற்றை வீசிக் கொலைசெய்யும் முறைக்கு 'பான்சிகாரி' என்ற பெயர் இருந்தது.

மருத்துவர் இரா.செந்தில் ❖ 35

அந்த நூல்தான், அவரது வாழ்க்கையை மாற்றியது. அதன் பிறகு 47 ஆண்டுகள் தக்கர் ஒழிப்பையே தன் வாழ்க்கைப் பணியாகச் செய்தார், ஸ்லீமன். ஒருமுறை, தன்னுடைய கூடாரத்தில் மகளோடு விளையாடிக் கொண்டிருந்தபோது திரைக்குப் பின்னால் யாரோ இருப்பது போன்ற உணர்வு அவருக்குத் தோன்றியது. அவரிடம் எந்த ஆயுதங்களும் இல்லை. துணிவுடன் "நீ யாராக இருந்தாலும் வெளியே வந்துவிடு. இல்லையென்றால் என் துப்பாக்கியால் சுட்டுவிடுவேன்!" என்று எச்சரித்தார். இடதுகையால், தன் மகளைப் பின்னால் இழுத்து அணைத்துக்கொண்டு, வலது கையால் திரைச்சீலையை வேகமாக விலக்கினார். வளைந்த ராஜபுத்திர கத்தியுடன், உயரமான தக்கி ஒருவன் அங்கே நின்று கொண்டிருந்தான். அவன் கண்களை நேராகப் பார்த்து, "உன் கையில் இருக்கும் ஆயுதத்தை என்னிடம் கொடுத்து விடு" என்றார். அவன் உடனடியாகக் கத்தியை அவரிடம் கொடுத்துவிட்டான்.

இப்படிப்பட்ட பல ஆபத்துகளைச் சந்தித்துப் போராடிய அவர் 1854ஆம் ஆண்டு பக்கவாதத்தால் பாதிக்கப்பட்டார். உடல்நிலை பாதிக்கப்பட்ட நிலையில், 1856ஆம் ஆண்டு, கப்பலில் தன் தாய்நாடு நோக்கிப் புறப்பட்டார். பிப்ரவரி 10ஆம் தேதி, காலை 3.45 மணிக்கு ஸ்லீமன் உயிர் பிரிந்தது. மறுநாள், 11.02.1856 அன்று இராணுவ மரியாதையுடன் கடலின் ஆழத்துக்கு அவர் உடல் அர்ப்பணிக்கப்பட்டது. எந்த நாட்டுக்காகப் பணியாற்றினாரோ அந்த நாட்டின் எல்லையிலேயே அவர் உயிர் பிரிந்தது. தக்கர்கள் ஒழிப்பை வாழ்வின் லட்சியமாகக் கொண்டிருந்த ஹென்றி ஸ்லீமன் தன் மகனுக்கு 'தக்கி' என்று பெயரிட்டிருந்தார்!

தக்கர்கள் அழிக்கப்பட்ட பின்னரும் 1904ஆம் ஆண்டு வரை காவல்துறையில் தக்கர்கள் ஒழுப்புப் பிரிவு இருந்தது. ஜபல்பூர் போலீஸ் கமிஷனர் 1932, டிசம்பர் 21ல் ஜேம்ஸ் ஸ்லீமனின் பேரனுக்கு ஒரு கடிதம் எழுதினார்:

"அன்புள்ள கர்னல் ஸ்லீமன் அவர்களுக்கு,

வணக்கம்!

தாமதமாகப் பதில் எழுதியதற்காக மன்னிக்கவும்.

எல்லா இடங்களிலும் இருந்து வரும் தகவல்களில் தக்கர்கள் பற்றிய எந்த செய்தியும் இல்லை. உங்கள் தாத்தா ஸ்லீமன் எல்லாவற்றையும் சுத்தமாகக் காலி செய்துவிட்டுப் போய்விட்டார். தக்கர்கள் செயல்பாடுகள் முற்றிலுமாக முடிந்து போய்விட்டன!"

ஜபல்பூரில் இருந்து நாங்கள் இரவு தங்கத் திட்டமிட்டிருந்த மைகர் என்ற ஊருக்குச் செல்லும் வழியில், 62 கிலோ மீட்டர் தொலைவில் ஸ்லீமனாபாத் என்ற ஊர் இருக்கிறது. தம் நாட்டில் நிலவிய ஒரு கொடும் கொள்ளை கலாசாரத்தை ஒழித்த மாவீரனுக்கு இந்திய மக்கள் செய்த எளிய நன்றி அது.

ஆர்வமுள்ளவர்கள் இரா.வரதராசன் எழுதிய 'தக்கர் கொள்ளையர்கள்' என்ற நூலைப் படிக்கலாம். கிழக்குப் பதிப்பகம் வெளியிட்டிருக்கிறது.

இரவு மத்தியப்பிரதேசத்தில் உள்ள மைகர் என்ற ஊரில் ஹோட்டல் காமதேனுவில் தங்கினோம். அடுத்து, ஆயிரம் ஆண்டுகள் பழைமையான முருகன் சிலை... சாரநாத்தில்!

இந்தப் பயணத்தில் தங்கும் அறைகளை முன்பதிவு செய்ய வில்லை. மாலை 5 மணி வாக்கில் இன்னும் எவ்வளவு தூரத்துக்குச் சோர்வில்லாமல் செல்லமுடியும் என்று முடிவு செய்து, அந்த இடத்தில் ஏதேனும் தங்கும் விடுதிகள் இருக்கிறதா என்று கூகுளில் தேடி, தங்குமிடத்தைத் தேர்ந்தெடுத்தோம். இரண்டு பேருக்கு அறை வாடகை 1000 ரூபாயிலிருந்து 1500 ரூபாய் வரை செலவு செய்யத் திட்டமிட்டிருந்தோம். பிப்ரவரி மாதம் சுற்றுலா காலமல்ல. தங்கும் விடுதிகளில் அறைகள் காலியாகவே இருந்தன. ஓயோ, கோ, இபிபோ போன்ற செயலிகள் என் கைபேசியில் இருந்தாலும் அவற்றை நாங்கள் பயன்படுத்தவில்லை. நாங்கள் விடியல் காலையிலேயே புறப்பட்டுவிடுவதால், பேரம் பேசி நூறு, இருநூறு குறைக்க வைத்தோம். நேரில் சென்று தங்குமிடம் கேட்கும்போது பேரம் பேசமுடியும். செயலியைப் பயன்படுத்தினால் முடியாது. இந்த உத்தி சீசன் காலத்துக்குப் பொருந்தாது.

இந்தப் பயணத்துக்கு பிப்ரவரி இறுதியைத் தேர்வு செய்ததற்குத் தட்பவெட்ப நிலையும் முக்கிய காரணம். வட இந்தியாவில் கடும் குளிர் முடிந்து, கொஞ்சம் மிதமான தட்பவெட்ப நிலை நிலவும் காலம் இது. வெயில் காலம் இன்னும் தொடங்கவில்லை. இந்தக் காலத்தில் மழையும் இருக்காது. நான் ஆண்டுமுழுவதும் குளிர்ந்தநீரில் குளிப்பவன். இந்தப் பயணத்திலும் இன்று வரை குளிர்ந்த நீரிலேயே குளிக்க முடிகிறது!

மைகரிலிருந்து காலை ஆறு மணிக்குப் புறப்பட்டு சாரநாத்தை நோக்கிப் பயணித்தோம். இரண்டு மணி நேரப்

பயணத்திற்குப் பிறகு, ஒரு மலைக் கணவாய் வழியாக இறங்கி உத்தரப்பிரதேசத்தை அடைகிறோம். இதுவரை நான்குவழி தேசிய நெடுஞ்சாலைகளில் சொகுசாக வந்த நாங்கள் ஒருவழிச் சாலையில் பயணிக்கவேண்டி வந்தது. நான்குவழிச் சாலைப் பணிகள் நடைபெற்று வருகின்றன. சாலையின் இரண்டு பக்கங்களிலும் கண்ணுக்கெட்டிய வரை மஞ்சள் கம்பளமாக கடுகு வயல்கள். இடையிடையே கொஞ்சம் கோதுமை மற்றும் துவரைக் கழனிகள். நிறைய மாமரங்களையும் காணமுடிந்தது.

நான் பள்ளி மாணவனாக இருந்த காலங்களில் வீட்டில் விறகு அடுப்பு இருக்கும். பக்கத்தில் உள்ள காட்டில் இருந்து பெண்கள் மாலை நேரத்தில் விறகுச்சுமைகளைத் தூக்கிக் கொண்டு வருவார்கள். நடுவிலே ஒரு நீண்ட விறகு இருக்கும். அதைச் சுற்றி சிறிய விறகுகளைக் கட்டி, சும்மாடு வைத்துத் தலையில் தூக்கி வருவார்கள். சுமை ஐந்து ரூபாய், ஏழு ரூபாய் என்று என் அம்மா விலை பேசியதாக ஞாபகம். 50 ஆண்டுகள் கழித்து விறகுச்சுமைகளை விற்கும் பெண்களை உத்தரப்பிரதேசத்தில் பார்த்தேன். சுவர்கள் முழுவதும் சாணி வறட்டி அடித்திருக்கிறார்கள். சாலையோரங்களில், குவியல் குவியலாகச் சாணி வறட்டிகள் இருக்கின்றன. விற்பனைக்காகப் போலும்.

சாலைகளில் லாரிகளே அதிகம். பேருந்துகள் மிக மிகக் குறைவு. கார்களும் மிகக்குறைவு. நம் ஊர் நெடுஞ்சாலைகளில் பயணிக்கும்போது பென்ஸ், வால்வோ, பிஎம்டபிள்யூ, ஆடி போன்ற விலையுயர்ந்த கார்களைப் பார்க்கமுடியும். மைகரிலிருந்து சாரநாத் வரையிலான 300 கிலோமீட்டர் பயணத்தின்போது இப்படிப்பட்ட விலையுயர்ந்த கார்களில் ஒன்றைக்கூடக் காணவில்லை. பல பிரதமர்களைத் தந்த மாநிலம் அடிப்படைக் கட்டுமான வசதிகள் குறைவான, ஏழை மக்கள் அதிகம் வாழும் மாநிலமாகத் தென்பட்டது. புனித நகரமாகப் போற்றப்படும் வாரணாசி குறுகலான, போக்குவரத்து நெரிசல் மிகுந்த நகரம். இவ்வளவு அதிகமான மிதிவண்டிகளை இந்தியாவின் வேறெந்த நகரத்திலும் நான் கண்டதில்லை.

சாரநாத், வாரணாசியின் வடகிழக்கில் இருக்கிறது. நேபாளத்தில் உள்ள லும்பினியில் பிறந்த கௌதம புத்தர் கயாவில் உள்ள போதி மரத்தடியில் ஞானம் பெற்றார். அதன்பிறகு சாரநாத்தில் உள்ள மான் பூங்காவில் தங்கிச் சீடர்களுக்குப் போதனை செய்தார். இங்கிருந்த இரண்டு ஸ்தூபிகளில் தாமேக்

ஸ்தூபி மட்டுமே எஞ்சி இருக்கிறது. இந்த ஸ்தூபி 43.1 மீட்டர் உயரமும் 28 மீட்டர் அகலமும் கொண்டது. இது சுட்ட ஓடுகளால் கட்டப்பட்ட கட்டடம். இதனுள் அறைகள் கிடையாது. உள்ளே காலி இடம் கிடையாது. இந்த ஸ்தூபிகளுக்குள் புத்தரை எரித்த சாம்பல் வைக்கப்பட்டுள்ளதாகச் சொல்லப்படுகிறது.

மான் பூங்காவில் அகழ்வாராய்ச்சி செய்த போது கண்டு பிடிக்கப்பட்ட இன்னொரு ஸ்தூபியின் அடிப்பாகம் மட்டும் இருக்கிறது. வாரணாசியை ஆண்ட ஜெகத் சிங் என்ற மன்னன் 180 ஆண்டுகளுக்கு முன்பு அரண்மனை கட்டுவதற்காக அந்த ஸ்தூபியை இடித்துவிட்டான். அதன் மையப்பகுதியில் பச்சை நிறத்தில் ஒரு பெட்டியைக் கண்டான். அந்தப் பெட்டியைத் திறந்து பார்த்தபோது பல ஓலைச்சுவடிகள் இருந்தன. பார்ப்பன பூசாரிகளின் அறிவுரைப்படி அந்தப் பெட்டியையும், ஓலைச்சுவடியையும் கங்கையில் தூக்கிப்போட்டு விடுகிறான். புத்தரின் போதனைகளைக் கொண்ட சில ஓலைச்சுவடிகள் மட்டும் மீட்டெடுக்கப்பட்டு அவை இப்போது வெளிநாட்டில் இருக்கின்றன. தாமேக் ஸ்தூபிக்குள்ளும் புத்தரின் போதனைகள் இருக்கலாம்.

தாமேக் ஸ்தூபியில் இருந்த எட்டு புத்தர் சிலைகள் இடிக்கப்பட்டுவிட்டன. மான் பூங்காவின் முன்புறம் இருந்த தூண் இடிக்கப்பட்டிருக்கிறது. அந்தத் தூணின் மேல் இருந்த நான்கு சிங்கங்கள் சிலை அருகிலுள்ள அருங்காட்சியகத்தில் வைக்கப்பட்டிருக்கிறது. இதுவே இந்திய அரசு முத்திரையாக இருக்கிறது. அதனோடு இருந்த 36 ஆரங்கள் கொண்ட சக்கரம் உடைந்து போய்விட்டது. அதன் பகுதிகளையும் அருங்காட்சியகத்தில் காணலாம். நம் தேசியக்கொடியின் நடுவில் 24 ஆரங்களோடு இருக்கும் சக்கரம் இதன் நகலாகும்.

அருங்காட்சியகத்தில் இருக்கும் சிலைகள் 2,400 ஆண்டுகளுக்கு முந்தைய அசோகர் காலத்திய கலைத்திறனுக்குச் சான்றாக விளங்குகின்றன. ஆனால், இந்த அற்புதமான சிலைகளின் முகங்கள் மட்டும் சிதைக்கப்பட்டிருக்கின்றன. குறிப்பாக மூக்கு மட்டும் உடைக்கப்பட்டிருக்கிறது. பௌத்த மதம் இந்தியாவில் மிக வேகமாகப் பரவிய நிலையில், அதனை அழிப்பதற்காக, புராதன இந்து மதவாதிகள் இந்தியத் துணைக்கண்டம் முழுவதும் தாக்குதல் நடத்தினர். அப்போது புத்தர் சிலைகள் இந்தியா முழுவதும் உடைக்கப்பட்டன. தருமபுரி அருங்காட்சியத்தில்கூட இப்படிப்பட்ட தலை

உடைக்கப்பட்ட புத்தர் சிலையைக் காணலாம். பல இடங்களில் புத்தர் சிலைகள் ஏரிகளின் நடுவில் தூக்கி வீசப்பட்டன.

இந்தியத் துணைக்கண்டத்தின் முதல் அறிவியக்கத்தை நடத்திய புத்தர் என்கிற பேரறிஞனின் அடையாளங்களை அழிக்க நடத்தப்பட்ட தாக்குதல்களின் சான்றுகளை மனச்சுமையோடு பார்த்துக்கொண்டிருந்த எங்களுக்கு, அருங்காட்சியகத்தில் வைக்கப்பட்டுள்ள ஆயிரம் ஆண்டுகள் பழமையான முருகன் சிலை மகிழ்ச்சியைத் தந்தது. கார்த்திகேயன் என்ற பெயரிடப்பட்ட அந்தச் சிலையும் சிதைக்கப்பட்டிருந்தது.

எல்லா மதங்களும் அன்பையே போதிக்கின்றன. மனிதர்களுக்குள் ஒற்றுமையையே வலியுறுத்துகின்றன. ஆனால், நிறுவனமாக்கப்பட்ட மத அமைப்புகள் வெறுப்பையும் வன்முறையையுமே நிகழ்த்தி இருக்கின்றன.

லியோனார்டோ டா வின்சி வரைந்த (இயேசுவின்) 'கடைசி இரவு உணவு' (Last supper) சித்திரத்தில் இயேசுவின் சீடர்கள் சோகத்துடன் இருக்க, ஒருவன் மட்டும் கையில் கத்தியோடு, வன்மத்தோடு இயேசுவின் அருகில் இருக்கும் பெண் தோற்றம் உடைய ஒருவரைக் குத்த வருவதுபோல வரையப்பட்டிருக்கும். அதில் உள்ள மறைசெய்தி 'தி டாவின்சி கோட்' என்ற பெயரில் கதையாக வெளிவந்தது.

அருங்காட்சியகத்தின் அருகில் இலங்கை சிங்கள பௌத்தர்களால் கட்டப்பட்ட புத்தர் கோவில் இருக்கிறது. கோவிலின் உட்புறச் சுவரில், புத்தர் சாகும் தருவாயில் இருப்பதுபோன்ற சித்திரம் தீட்டப்பட்டிருக்கிறது. அந்தச் சித்திரத்தில் அவரைச் சுற்றி அமர்ந்திருக்கும் அத்தனை பேரும் சோகமே உருவாக அமர்ந்திருப்பார்கள். ஒருவன் மட்டும் குரோதத்தோடு பார்ப்பதுபோலவும், அவனைப் பார்த்து ஒரு குழந்தை மிரள்வதுபோலவும் வரையப்பட்டிருக்கும். அது புத்தரின் எதிரிகளை அடையாளம் காட்டும் மறைசெய்தி.

சாரநாத்தைப் பார்த்த பிறகு, மொகல்சராய் சென்று இரவு தங்கினோம்.

◐

2020 FEB

SUN	MON	TUE	WED	27 THU	FRI	SAT

புத்தரைத் தேடி...

காலை ஐந்தரை மணிக்கு எழுந்து நடைப்பயிற்சி செய்யத் தொடங்கினேன். இது போன்ற நீண்ட பயணங்களில் உடல் நலம் பேணுவது மிகவும் முக்கியம். கார் அல்லது பேருந்தில் தொடர்ந்து 8 மணி நேரம், 9 மணி நேரம் உட்கார்ந்து பயணம் செய்தால் இடுப்பு வலியும், கழுத்து வலியும் ஏற்படும். இந்த வலிகள் வராமல் தடுப்பதற்கு உடற்பயிற்சி தேவை. இமயமலைக்கு நடைப்பயணம் போவதற்கு முன்பு எந்த அளவுக்கு உடற் பயிற்சி செய்து உடலைத் தயார் செய்து கொண்டேனோ, அதே அளவுக்கு, இந்தப் பயணத்துக்கு முன்பும் உடலைத் தயார் செய்துகொண்டேன். பயணத்தின் போது நாள்தோறும் காலையில் எழுந்து முக்கால் மணி நேரம் வேகமாக நடைப்ப யிற்சி செய்வேன். கேசவன் அதேநேரத்தில் ஓட்டப்பயிற்சி செய்து முடித்துவிடுவார். நடைப்பயிற்சியோடு நம்முடைய எல்லா மூட்டுகளையும் இலகுவாக்குவதற்கான பயிற்சிகளையும் (relaxing exercises), தசைநார்களை இழுப்பதற்கான (stretch exercises) பயிற்சிகளையும் கண்டிப்பாகச் செய்யவேண்டும்.

கழுத்தை, முன்பும் பின்பும் பத்துமுறை சாய்ப்பது, பக்க வாட்டில் இடப்புறமும் வலப்புறமாகப் பத்து முறை சாய்ப்பது, இடப்புறமும் வலப்புறமும் ஐந்து ஐந்து முறை முழுமையாகச் சுழற்றுவது, பின்பு இடுப்பில் கையை வைத்துக்கொண்டு முழுவதுமாக முன்னாலும் பின்னாலும் சாய்வது, மணிக்கட்டு, முழங்கை, தோள்பட்டை, கணுக்கால், முட்டி, இடுப்பு ஆகிய எல்லா மூட்டுகளையும் சுழற்றுவது. இந்த எல்லா உடற் பயிற்சிகளையும் காற்றில் மூங்கில் வளைவதுபோல லேசாகச் செய்யவேண்டும்.

அதிகாலையில் நடைப்பயிற்சியின் போது அந்த ஊர்களைப் பார்ப்பது அழகு. பந்தர்கவட என்ற ஊரில் நடைப்பயிற்சி செய்தபோது மிதமான குளிரில் நிறைய பெண்கள் மெதுவாக நடைப்பயிற்சி செய்வதைக் காணமுடிந்தது.

காலை ஆறு மணிக்கு ஊர் பரபரப்பாகக் காணப்பட்டது. செய்தித்தாள்களைப் பிரித்து வீடுகளுக்கு அனுப்பும் பணியைச் செய்பவர்கள், வேலைக்குச் செல்வதற்குப் பேருந்துக்காகக் காத்திருப்பவர்கள், துப்புரவுப்பணி செய்பவர்கள் என எல்லாரும் இயங்கிக்கொண்டிருந்தார்கள். மத்தியப்பிரதேசத்திலும், பீகாரிலும் நம் ஊர்போல தேநீர்க் கடைளைப் பார்க்க முடியவில்லை. உத்தரப்பிரதேசத்தில் உள்ள மொகல்சராயில் தேநீர்க் கடைகள் திறந்திருந்தன. சிறிய மண்கலயத்தில் சுவையான தேநீர் பரிமாறினார்கள். ஒரு குள்ளமான பெண்மணி, பக்கத்து வீட்டுச்சுவருக்கு வெளியே நீட்டிக்கொண்டிருந்த செம்பருத்திப் பூவைப் பறிப்பதற்குச் சிரமப்பட்டுக்கொண்டிருந்தார். நான் பறித்துக் கொடுத்தவுடன் இரண்டு கைகளையும் கூப்பி நன்றி சொன்னார்.

நரைத்த தலைமுடியோடு பயணம் செய்வதில் ஒரு பலன் இருக்கிறது. இந்தியாவில் மட்டுமல்ல உலகம் முழுவதுமே, மூத்தவர்களுக்கென்று ஒரு மரியாதை இருக்கிறது. நானும் என் மனைவி தங்கமும், இத்தாலியில் இரயிலில் பயணம் செய்து கொண்டிருந்தோம். பயணச்சீட்டுப் பரிசோதகர் எங்களுடைய பயணச்சீட்டைப் பரிசோதனை செய்தார். அது என்னுடைய சென்னை டிராவல் ஏஜென்ட் வாங்கிக் கொடுத்திருந்த பயணச்சீட்டு. அதனை ரயில்நிலையத்தில் ஆக்டிவேட் செய்ய வேண்டுமாம். நாங்கள் செய்யவில்லை. பரிசோதகர் கொஞ்சம் பதற்றமானார். அவருக்கு ஆங்கிலமும் சரியாகப் புரியவில்லை. என்னுடைய வெள்ளைத் தலையைப் பார்த்து, அருகில் உட்கார்ந்திருந்தவர்கள் எனக்காக அவரிடம் பேசி (இத்தாலிய மொழியில் அவர்கள் அதைத்தான் பேசி இருக்க வேண்டும்!) அந்தப் பிரச்னையைச் சரி செய்தார்கள். நாங்கள் சென்றடையும் ஸ்டேஷனில் இறங்கியவுடன் ஆக்டிவேட் செய்யவேண்டும் என்று எச்சரித்துவிட்டுப் பரிசோதகர் எங்களை விட்டுவிட்டார்.

பயணத்தின்போது நாம் தங்குமிடங்களிலோ, கடைகளிலோ, நம் வாகனத்தை நிறுத்தும் காவல்துறையிடமோ அல்லது வழி கேட்பதற்காக யாருடனாவதோ பேசவேண்டியிருந்தால் புன்னகையோடு, அவர்கள் கண்களைப்பார்த்து தன்னம்பிக்கையோடு பேசவேண்டும். புன்னகை தன்னம்பிக்கையின் அடையாளம். அதிகாரத்தோடு பேசுவது அல்லது தயக்கத்தோடு பேசுவது இரண்டுமே அச்சத்தின்

வெளிப்பாடுகள். ஒரு புதிய மனிதனைப் பற்றிய கருத்து அவன் பேசுவதைவிட அவன் உடல் மொழியின் மூலமாகவே ஏற்படுகிறது.

இமயமலையின் கீழ்உயரங்களில் இருக்கும் காலிம்பாங் என்ற ஊரில் தங்கினோம். சாலையோரக் கடையில் சுடச்சுட சிக்கன் ரோல் சாப்பிட்டோம். அங்கே இருந்தவரிடம் பேசிக் கொண்டிருந்தபோது, நாங்கள் பூடான் போவதாகச் சொன்னோம். அவர் "காரின் ஒரிஜினல் ஆர்.சி புத்தகம், ஒரிஜினல் ஓட்டுநர் உரிமம், மாசு சான்றிதழ் எல்லாம் இருக்கிறதா?" என்று கேட்டார். நாங்கள் மாசு சான்றிதழ் வாங்கியிருக்கவில்லை. காலையில் முதல் வேலையாக அந்த ஊரிலேயே மாசு சான்றிதழ் வாங்கிக்கொள்ள முடிவு செய்தோம். அவருடன் பேசியிருக்கவில்லையென்றால் பூடான் எல்லையில் தடுக்கப்பட்டிருப்போம்! புதிய மனிதர்களோடு தயக்கமில்லாமல் உரையாட வேண்டும்.

வெளிநாட்டினர் எழுதும் பயணக் கட்டுரைகளிலும், பயணக் காணொளிகளிலும் அந்த ஊரின் மதுவை சுவைப்பதைப் பற்றிய குறிப்புகள் கண்டிப்பாக இருக்கும். மது, மேலைநாட்டுக் கலாசாரத்தின் பகுதி. என்னைப் பொறுத்தவரை, நீங்கள் மது அருந்துபவராக இருந்தால்கூட பயணத்தின்போது, அதுவும் குறிப்பாக நாமே காரை ஓட்டிக்கொண்டு போகும் நீண்ட பயணங்களின் போது, கண்டிப்பாக மது அருந்தக்கூடாது. நாள் முழுவதும் புத்துணர்ச்சியோடு, செல்லும் வழியில் உள்ள காட்சிகளைக் கண்டு ரசிக்கவும், ஏதேனும் சிறிய தடங்கல் வந்தால் அதனைச் சமாளிக்கவும் நீங்கள் விழிப்போடு இருக்கவேண்டும். மது அருந்தினால் சோர்வு ஏற்பட்டுவிடும்.

மொகல்சராயிலிருந்து 225 கிலோ மீட்டர் தூரத்தில் புத்த கயா இருக்கிறது. சாலைகள் மோசமாக இருப்பதால் இதனைக் கடப்பதற்கு நான்கரை மணி நேரம் ஆகிவிட்டது. புத்தர் ஞானம் பெற்ற போதி மரத்தை ஒட்டி அமைக்கப்பட்ட புத்தர் கோவில் உலகெங்கும் வாழும் பௌத்த மதத்தினருக்கு முக்கியமான புனிதத் தலம். உலகெங்கிலுமிருந்து யாத்திரிகர்கள் இங்கே வருகிறார்கள். ஆனால், இதற்குச் செல்லும் சாலை மிகக் குறுகலான சந்து மட்டுமே. நம்முடைய காரைத் தொலைவில் நிறுத்திவிட்டு வாடகை ஆட்டோவில் செல்லவேண்டும்.

இந்திய மண்ணில் பிறந்த மிகப்பெரிய ஞானி புத்தர். 2400 ஆண்டுகளுக்கு முன்பு பொருள் முதல்வாதக் கருத்துகளை முன் மொழிந்தவர்.

புத்தரின் போதனைகளில் கூறப்பட்டுள்ள மூன்று அடிப்படை உண்மைகள் இன்றைக்கும் விளங்கும் அடிப்படை அறிவியல் கருத்துகள். எனவேதான் புத்தரை அறிவியல் அறிஞராகப் பார்க்கிறோம். புத்தர் கூறிய மூன்று அடிப்படை உண்மைகள்:

அ. எந்தப் பொருளையும் உருவாக்கவோ அழிக்கவோ முடியாது.

(Matter can be neither created nor destroyed)

பொருட்களிலிருந்து சக்தி பிறக்கிறது என்ற பொருள் முதல்வாதக் கருத்தின் அடிப்படையை அப்போதே மொழிந்தவர் புத்தர்.

ஆ. மாற்றம் ஒன்றே மாறாதது.

(காரல் மார்க்ஸின் தத்துவத்தை அப்போதே சொன்னவர்.)

இ. கர்மா அல்லது வினை.

காரணம் மற்றும் விளைவின் உலகளாவிய சட்டம்.

* ஒவ்வொரு விளைவுக்கும் ஒரு திட்டவட்டமான காரணம் இருக்கிறது.

* ஒவ்வொரு காரணத்துக்கும் ஒரு திட்டவட்டமான விளைவு இருக்கிறது.

(Cause and effect)

இன்றைய அறிவியல் ஆராய்ச்சிகளுக்கு இதுவே அடிப்படை.

மூடநம்பிக்கைகளிலும், மதச் சடங்குகளிலும் மூழ்கி அடிமைப்பட்டுக் கிடந்த ஒரு சமூகத்தில், புத்தர் தனிமனிதனாக நின்று மத அமைப்புகளை எதிர்த்தார். ஏற்றத்தாழ்வுகள் மிகுந்த சமுதாய அமைப்பைக் கட்டிக் காப்பதற்காகவும், சிலரை அடிமைகளாக வைத்திருந்து, தங்களுக்குப் பணியாற்ற வைப்பதற்காகவும், வைதீக இந்து மதவாதிகளால் ஆன்மா, மறுபிறவி போன்ற கட்டுக்கதைகள் பரப்பப்பட்டிருந்தன. ஆன்மா, மறுபிறவி இரண்டையும் புத்தர் நிராகரித்தார். மனிதன் செய்யக்கூடிய அனைத்தையும் இந்தப் பிறவியிலேயே செய்யவேண்டும் என்று முன்மொழிந்தார். 'ஆன்மா' இல்லை என்று கற்பித்தார்.

அந்த மகான் அமர்ந்து, ஞானம் பெற்ற இடத்தைப் பார்ப்பது உள்ளத்தை நெகிழ வைக்கும் உணர்வு. அவர் அமர்ந்து தியானம் செய்த போதிமரம் இப்போது இல்லை. அதன் கிளைகளைக் கொண்டு அசோகர் வளர்த்த மரத்தின்

நான்காம் தலைமுறை மரம் இப்போது அந்த இடத்தில் இருக்கிறது.

நூற்றுக்கணக்கான பௌத்தத் துறவிகள் அந்த மரத்தடியில் அமர்ந்து தியானத்தில் ஈடுபடுகின்றனர். புத்தன் காலடி பட்ட இடத்தில் நாம் நடந்து போவது விவரிக்கமுடியாத உணர்வு. அந்தப் போதிமரத்தின் கீழ் நடந்துகொண்டிருந்த போது மரத்தின் பட்டை ஒன்று என் அருகில் விழுந்தது. அதைப் புனிதப்பொருளாக எடுத்து சட்டைப்பையில் பத்திரப் படுத்திக்கொண்டேன்.

நாம் வாழும் காலத்தில் மனித சமூகத்துக்கும், உலகத்துக்கும் நம்மால் ஆன நன்மையைச் செய்யவேண்டும். உலகமே எதிர்த்தாலும் இந்தப் பயணத்தில் துணிந்து, தொடர்ந்து செல்லவேண்டும் என்பதாகப் புத்தனின் போதனையைப் புரிந்துகொண்டு அங்கிருந்து புறப்பட்டோம்.

◯

2020 FEB

28

ஏழைகளின் தலைவன்

புத்தகயாவிலிருந்து புறப்பட்டு மீண்டும் வடக்கு நோக்கிப் பயணித்தோம். கங்கைக்கரையில் அமைந்துள்ள பாட்னா நகரைக் கடந்தோம். போக்குவரத்து நெருக்கடியும், மக்கள் நெருக்கடியும் மிகுந்த நகரம். உலகத்தின் மிகத் தொன்மையான நகரங்களில் ஒன்று பாட்னா. பாடலிபுத்திரம் என்றழைக்கப்பட்டது. இராமாயணத்திலும், மகாபாரதத்திலும், அதர்வண வேதத்திலும் குறிப்பிடப் பட்டுள்ள நகரம். கி.மு. 490ஆம் ஆண்டு அஜாதசத்ருவால் நிர்மாணிக்கப்பட்டது. பேரரசர் அசோகர் பிறந்த இடம். மகதப் பேரரசின் தலைநகரம்.

பிராகிருதத்திலிருந்து பிறந்த மொழி, மகதி. பீகார் மாநிலத்தின் ஏழு மாவட்டங்களிலும், ஜார்க்கண்டின் ஏழு மாவட்டங்களிலும் மகதி மொழி பேசுகிறார்கள். 2011ஆம் ஆண்டு கணக்கெடுப்பின்படி மகதி மொழி பேசுகிறவர்களின் எண்ணிக்கை 2.1 கோடி. 1961ஆம் ஆண்டு கணக்கெடுப்பிலிருந்து மகதி மொழியை இந்தி மொழியாகப் பதிவுசெய்யத் தொடங்கினார்கள். இதே போல ஜார்க்கண்ட் மாநிலத்தில் அங்கிகா என்ற மொழி பேசப்படுகிறது. 1.5 கோடி மக்கள் இந்த மொழியைப் பேசுகிறார்கள். அங்கிகா, போஜ்புரி, உருது, மகதி போன்ற மொழிகளைப் பேசும் மக்களையும் சேர்த்துத்தான் இந்தி பேசுபவர்களின் எண்ணிக்கை இந்திய மக்கள்தொகையில் 41% என்ற கணக்கு.

இந்தியாவின் ஆட்சிமொழியாக இன்று இந்தி இருக்கிறது. இந்தி தொன்மையான மொழி அல்ல. இன்றும் பீகாரில் போஜ்புரி என்பதே பேசும் மொழி. ஆவதி, மைதிலி போன்ற வடஇந்திய மொழிகள் இணைந்து பதினெட்டாம் நூற்றாண்டின் இறுதிப்பகுதியில் இந்தி

மொழி உருவானது. ஹிந்துஸ்தானி என்பது உருது மொழிக்கும், இந்திக்கும் இடைப்பட்ட அல்லது இரண்டு மொழிகளும் கலந்த ஒரு மொழி. இந்தியாவின் ஆட்சி மொழியாக ஹிந்துஸ்தானி இருக்க வேண்டும் என்பது காந்தியின் விருப்பம். எப்படியோ இந்தி இந்தியாவின் ஆட்சிமொழி ஆகிவிட்டது!

பாட்னா நகரத்தின் மேல் எனக்குத் தனிப்பட்ட பாசம் இருப்பதற்கு வேறு ஒரு காரணமுண்டு. சமூகநீதிப் போராட்ட வீரர்களில் ஒருவரான லாலு பிரசாத் யாதவ் ஆட்சி செய்த ஊர் இது. மிகப்பெரிய ஊழல்வாதியாகச் சித்தரிக்கப்பட்டு, மூன்று முறை தண்டனை வழங்கப்பட்டுச் சிறையில் வாடுகிறார் லாலு.

'அவருடைய ஊழலின் அளவு, பஞ்சாபில் திருமண வரவேற்புகளுக்குச் செய்யப்படும் செலவை விட சிறியது' என்று ஒரு கட்டுரையில் படித்தேன். ஊழலில் சிறியது, பெரியது என்று எதுவும் கிடையாது. ஊழலுக்கு மிகக் கடுமையான தண்டனை வழங்கப்பட வேண்டும் என்பதிலும் மாற்றுக்கருத்து கிடையாது. ஆனால், லாலு தண்டனை பெற்றது, அவர் எடுத்த அரசியல் நிலைப்பாடுகளுக்காகத்தான் என்பது என்னுடைய சொந்தக் கருத்து.

கூட்டத்தை ஈர்க்கக்கூடிய அற்புதமான பேச்சாளர் லாலு. 22 வயதில் பாட்னா நகர அனைத்துக் கல்லூரி மாணவர் சங்கத்தின் தலைவராக உயர்ந்தார். 42 வயதில் முதலமைச்ச ரானார். அத்வானி, பீகார் வழியாக ரதயாத்திரை சென்றபோது அதனைத் தடை செய்தார். மீறி அத்வானி சென்றபோது அவரைக் கைது செய்தார். வேறு எந்த மாநிலத்திலும் ரத யாத்திரைக்காக அத்வானி கைது செய்யப்படவில்லை.

டெல்லியில் உள்ள நடுவண் அமைச்சர்களின் வீடுகள் கோட்டைகள் போன்றவை. பெரிய கதவின் பக்கம் இருக்கும் சிறிய கதவின் வழியாகவே பார்வையாளர்கள் அனுமதிக்கப் படுவார்கள். அமைச்சர்களைப் பார்ப்பதற்கு, முன்பே நேரம் வாங்கியிருக்கவேண்டும். துப்பாக்கி ஏந்திய போலீஸாரின் கண்காணிப்பின் கீழே நீங்கள் செல்லவேண்டும்.

ஆனால், லாலுவின் வீடு வித்தியாசமானது. தோட்டம் நிறைய பீகாரிகள் உட்கார்ந்திருப்பார்கள். சிலர் சமையல் செய்து கொண்டிருப்பார்கள். அறையில் தனியாக இருக்கமாட்டார். சுற்றிலும் ஆட்கள் இருப்பார்கள். சில பேர் வந்துகொண்டும், போய்க்கொண்டும் இருப்பார்கள். எளிமையின் சிகரம் லாலு.

புத்தகயாவில் இருந்து முசாஃபர் நகர் வரை செல்லும் சாலை குண்டும் குழியுமாக இருந்தது. பல இடங்களில் சாலைப் பணிகள் நடந்துகொண்டிருந்தன. இரவு முசாஃபர் நகரில் தங்கிவிட்டுக் காலை புறப்பட்டோம்.

ஆறு நாட்களுக்குப் பிறகு உதயகுமார் தன்னுடைய ஜீன்ஸ் பேன்ட்டை மாற்றினார். நாங்கள் மிகக் குறைவான பொருட்களை எடுத்துச் சென்றோம். கார் இருக்கிறது என்பதற்காகப் பெரிய பெரிய பெட்டிகளை எடுத்துக்கொள்ள வில்லை. பயணத்தின்போது எவ்வளவு பொருட்களை எடுத்துச் செல்லவேண்டும் என்பது ஒரு கலை. ரிக் ஸ்டீவ்ஸ் என்ற அமெரிக்கப் பயண எழுத்தாளர், 23 ஆண்டுகளாக தன் நண்பர்களை ஐரோப்பாவுக்குச் சுற்றுப்பயணம் அழைத்துச் சென்றுகொண்டிருக்கிறார். 'பயணம் செல்லும்போது இரண்டு மூன்று பைகள் எடுத்துச்செல்லக் கூடாது' என்கிறார். இரண்டு வாரமாக இருந்தாலும், இரண்டு மாதங்களாக இருந்தாலும் அவர் கொண்டுபோவது ஒரே ஒரு கைப்பை. அவருடைய காணொலியில் பயணத்திற்கு எப்படிப்பட்டப் பைகளை எடுத்துச் செல்வது என்பதை விளக்கியிருப்பார்.

https://youtu.be/58HdRSTAFec

முசாஃபர் நகரில் இருந்து சிலிகுரி செல்லும் சாலை மிக நன்றாக இருந்தது. நான்கு வழிச்சாலை. இருபுறமும் கண்ணுக்கெட்டிய வரை பச்சைப் பசேலென்ற கோதுமை வயல்கள். இடையிடையே கடுகு வயல்கள். சிலிகுரியை நெருங்கும்போது இரண்டு பக்கமும் தேயிலைத் தோட்டங்கள். இந்தத் தோட்டங்கள் கொஞ்சம் வித்தியாசமானவை.

பொதுவாக தேயிலைத் தோட்டங்கள் மலைப்பாங்கான பகுதிகளில் இருக்கும். மலைச்சரிவில் இருப்பதால் வேர்களில் தண்ணீர் தேங்காது. அப்படி இருப்பது தேயிலைப்பயிருக்குத் தேவை என்று நான் அறிவேன். ஆனால், இந்தப் பகுதியில் தேயிலைத்தோட்டங்கள், நெல்வயல்கள்போலச் சமதரையில் காணப்படுகின்றன. தேயிலை ஒரு மரப் பயிர். அதனுடைய கொழுந்துகளைத் தொடர்ந்து வெட்டிக்கொண்டே இருப்பதால் அவை போன்சாய்கள் ஆகிவிடுகின்றன.

சிலிகுரியைக் கடந்தவுடன் இமயமலை தொடங்குகிறது. தீஸ்தா ஆற்றை ஒட்டி வளைந்து, வளைந்து பாதை செல்கிறது. இரண்டரை மணி நேரப் பயணத்தில் காலிம்பாங் ஊரை

அடைந்தோம். சில்லென்ற தட்பவெட்ப நிலை. மறுநாள் எங்கள் காருக்கு மாசு சான்றிதழ் வாங்குவதற்காகக் கடைகளைத் தேடினோம். அன்று ஞாயிற்றுக்கிழமை. கடைகளுக்கு விடுமுறை. பெயர்ப் பலகையில் இருந்த செல்பேசி எண்ணை வைத்து ஒருவரை அழைத்தோம். அவரும் உடனடியாக வந்தார். ஆனால், அவருடைய கணினியில் எங்கள் கார் பதிவைக் கண்டறிய முடியவில்லை. அதனால் மாசு சான்றிதழ் வாங்க முடியவில்லை. சிலர், 'பூடானின் நுழைவாயிலான பவுண்ட்ஷோலிங் நகரிலேயே மாசு சான்றிதழ் வாங்கிக் கொள்ளலாம்' என்று சொன்னார்கள்.

மேற்கு வங்காளத்தில் நாங்கள் பார்த்தவர்கள் எல்லாரும் சரளமாக ஆங்கிலம் பேசினார்கள். நாங்கள் கேட்க வேண்டியதை எளிதாகக் கேட்டுப் பெறமுடிந்தது. தெலுங்கு பேசுவதில் எனக்குச் சிரமமில்லை. அதனால், ஆந்திராவிலும் சிரமமில்லை. மத்தியப்பிரதேசம், உத்தரப்பிரதேசம், பீகார் போன்ற மாநிலங்களில் இந்தி மட்டும்தான் பேசுமொழி. ஆங்கிலம் கொஞ்சம்கூடத் தெரியாது.

அப்படியானால் வடஇந்தியாவில் பயணிப்பதற்கு இந்தி மிகவும் தேவையா? இந்தி தெரிந்தால் நன்றாக இருக்கும். பயணங்களின்போது நாம் அதிகம் பயன்படுத்தக்கூடிய சொற்கள் ஐம்பது இருக்கலாம். 'ஒரு மொழியில் அன்றாட உரையாடல்களை நடத்துவதற்கு, அதிகபட்சமாக 100 சொற்களே தேவைப்படும்' என்று ஆராய்ச்சிகள் கூறுகின்றன. ஒரு மொழியில் ஆயிரம் சொற்களை அறிந்தால் அந்த மொழியில் இலக்கியம் படிக்கலாம். பயணத்தின்போதோ அல்லது வேறு அலுவல் நிமித்தமாகவோ உரையாடுவதற்கு நூறு சொற்கள் தெரிந்தால் போதும். இதற்காக, பல்வேறு மொழிகளைத் தாய்மொழிகளாகக் கொண்ட இந்தியக் குழந்தைகளுக்கு குழந்தைப்பருவத்திலிருந்து இந்தி கற்பிக்க வேண்டும் என்று சொல்வது அபத்தம்.

இணையம் தகவல் தொடர்பை எளிதாக்கியிருக்கிறது. 'முசாபர் நகர் போகும் வழி எது?' என்று கேட்க, அதைத் தட்டச்சு செய்து, 'இந்தியில் என்ன சொல்லவேண்டும்?' என்று கூகுளைக் கேட்டால் பதில் கிடைத்துவிடும். இந்தி பேசும் மாநிலங்களுக்குப் போகும்போது மட்டுமல்ல, வெளிநாடுகளுக்குச் சென்றாலும் கூகுளைப் பயன்படுத்தி அந்தந்த நாடுகளின் மொழிகளில் பேசலாம். அப்படிப்

பேசுவது, அவர்களுக்கு மகிழ்ச்சியை உண்டாக்கும். தகவல் தொடர்பை எளிமையும், இனிமையுமானதாக மாற்றும்.

அடுத்தநாள் காலை காலிம்பாங்கிலிருந்து பவுண்ட்ஷோலிங் நகரை நோக்கிப் பயணித்தோம். மீண்டும் தீஸ்தா ஆறு வரை இறங்கி, அதன் ஓரத்திலேயே சென்று, கொரொனேசன் பாலம் வாயிலாக தீஸ்தா ஆற்றைக் கடந்து வடக்கு நோக்கிப் பயணிக்கிறோம். நேர்த்தியான தேசிய நெடுஞ்சாலை. வழி நெடுகிலும் நெல்வயல் போன்ற, சமநிலத்தில் அமைந்துள்ள தேயிலைத் தோட்டங்கள்.

மாலை 4 மணிக்கு பவுண்ட்ஷோலிங் நகரை அடைந்தோம். பூடான் வாயில் நம்மை வரவேற்கிறது. கொரோனா அச்சுறுத்தல் காரணமாக, நுழைகிற அத்தனை பேருக்கும் காய்ச்சல் இருக்கிறதா என்று பரிசோதித்து அனுப்புகிறார்கள். பவுண்ட்ஷோலிங் நகரின் அமைப்பு பிரமிக்க வைக்கிறது. ஐரோப்பிய கட்டமைப்போடு உள்ள நகரம் இது. சிறிதும் மண் தெரியாமல் அமைக்கப்பட்ட சாலைகள். தெளிவாக வரையப்பட்ட சாலைக் குறியீடுகள். சாலையின் இருபுறமும் பாதசாரிகளுக்கான நடைமேடைகள். முழுவதும் மூடப்பட்ட கழிவு நீர் கால்வாய்கள். நகரின் நடுவில் பூங்காக்கள். பௌத்த கோவில்கள். நவீன விளையாட்டு மைதானம்.

ஆட்டோக்கள் இல்லை. இருசக்கர வாகனங்கள் மிக மிகக் குறைவு. யாரும் ஹாரன் அடிப்பதில்லை. நம்மையறியாமல் நாமும் சாலை விதிகளை முழுமையாகக் கடைப்பிடிக்கத் தொடங்குகிறோம்.

1990களுக்கு முன்பு தாய்லாந்து, வியட்நாம், கொரியா போன்ற நாடுகளும் இந்தியாவைப்போலத்தான் இருந்தன. உலகமயமாக்கலுக்குப் பிறகு பெற்ற அபரிமிதமான பொருளாதார வளர்ச்சியை அந்த நாடுகள், அடிப்படைக் கட்டுமானத்தைப் பெருக்குவதற்குப் பயன்படுத்தின. இந்தியாவின் மொத்த உள்நாட்டு வருவாயும் கடந்த 28 ஆண்டுகளில் பல மடங்காகி யிருக்கிறது. இந்தக் காலகட்டத்தில் தாய்லாந்து, வியட்நாம், கொரியா ஆகிய நாடுகள் தங்கள் நகரங்களை ஐரோப்பிய நகரங்களைப்போலக் கட்டமைத்திருக்கின்றன. இந்திய நகரங் களைப் பற்றி நான் சொல்ல வேண்டியதில்லை! நாட்டின் பிரதமரை நாடாளுமன்ற உறுப்பினராகக் கொண்டிருக்கும் வாரணாசிநகரம் அடிப்படைக் கட்டுமானம் ஏதுமின்றி இருக்கிறது. உலகின் பெருநகரங்களுக்கெல்லாம் சென்றுவரும்

கண்ணுக்கும் செவிக்கும் உணவில்லாத போது...
சிறிது வயிற்றுக்கும் ஈயப்படும்.

சாரநாத் ஸ்தூபி
கேசவன், சம்பத்குமார், செந்தில், உதயகுமார்

புத்த கயா - புத்தர் போதனை செய்த இடம்

புத்த கயா - புத்த பிக்குகள்...

மருத்துவர் செந்தில் - பனிச்சாலையில் ஊன்றுகோல் ஒரு வழித்துணை

ஊற்று நீரின் சுவை... ஆஹா!

பிரதமர், இந்த நகரத்தை மேம்படுத்தவதற்கு ஏதாவது செய்யலாம். இந்திய அரசாங்கங்கள் சொல்லும் 'உலகத்தரம் வாய்ந்த சாலைகளின்' உண்மையான தரத்தை அறிந்துகொள்ள, மற்ற நாடுகளில் உள்ள சாலைகளைப் பார்க்கவேண்டும்.

இந்தியாவின் பிரச்னை ஊழலா அல்லது அறிவியல் கண்ணோட்டமில்லாமல் இருப்பதா என்பது விவாதித்துக் கொண்டே இருக்கவேண்டிய விஷயம்!

இரவு 'தி ஆர்கிட்' என்ற விடுதியில் தங்கினோம். விடிந்தவுடன் குடியேற்ற அலுவலகத்துக்குச் சென்று எங்களுக்கும், காருக்கும் அனுமதிக் கடிதங்கள் வாங்கவேண்டும்!

○

2020 FEB

SUN	MON	TUE	WED	THU	FRI	SAT
						29

பட்டுப்பாதையில்...

ஆர்கிட் விடுதியில் காலை உணவு. உணவு வேளையின்போது மொகில் அறிமுகமானார். இண்டிகோ விமான நிறுவனத்தின் பைலட். அவருக்கு வயது 55. மனைவிக்கு 53. சென்னையைச் சேர்ந்தவர்கள். சிலிகுரி விமான நிலையமான பாக்டோரா விமானநிலையத்தில் இறங்கி, இருசக்கர வாகனத்தை வாடகைக்கு எடுத்து வந்திருந்தார்கள். பூடான் முழுவதையும் இருசக்கர வாகனத்தில் சுற்றுவது அவர்கள் திட்டம். 14 இருசக்கர வாகனங்கள் கொண்ட குழுவில் அவர்கள் இருந்தார்கள். சாகசப் பயணங்களை ஏற்பாடு செய்யும் ஒரு நிறுவனம் அவர்கள் பயணத்தை ஏற்பாடு செய்திருந்தது. சாகசத்துக்கு வயதில்லை!

வரவேற்புப் பணியில் இருந்தவர் எங்களுக்கு உதவுவதற்கு அவர் நண்பர் ராஜுவை வரவழைத்தார். ராஜு அனுமதிக் கடிதங்களுக்கு ஏற்பாடு செய்தார். 1600 ரூபாய் கட்டணம். காலை ஒன்பது மணிக்கு வாகனத்துக்கு மாசு சான்றிதழ் பெற்று, பின்னர் போக்குவரத்து அலுவலகத்தில் வாகன அனுமதி பெற்றோம். வாகன அனுமதி பெற, வாகனத்தின் உரிமையாளரே ஓட்டுநராக இருக்கவேண்டும். மற்றொருவருடைய வாகனத்தை ஓட்டிச் செல்வதாக இருந்தால் உரிமையாளரின் அனுமதிக் கடிதம் வேண்டும்.

நுழைவு அனுமதி வாங்கும் இடத்தில் 50பேர் வரிசையில் நின்றிருந்தார்கள். எங்களுடைய ஆவணங்களின் நகல்களோடு ஒரு பெண்மணியை ராஜு நிறுத்தியிருந்தார். வரிசையில் முப்பதாவது ஆளாக அவர் நின்றுகொண்டிருந்தார். ஒரு மணிநேரமாகும் என்று நினைத்தோம். பிறகுதான் தெரிந்தது, நிற்கிற

ஒவ்வொருவரும் பத்துப் பதினைந்துக்கு மேற்பட்டவர்களின் ஆவண நகல்களோடு வரிசையில் நின்றிருந்தார்கள். எங்களுடைய முறை வருவதற்கு மதியம் இரண்டரை மணி ஆகிவிட்டது. இந்த அனுமதிக்கு எளிய ஆன்லைன் வசதி செய்து கொடுத்தால் நன்றாக இருக்கும்.

பூட்டானில் வேலை செய்ய அனுமதி பெறுவதற்கான வரிசை தனி. நீண்ட வரிசையில் பீகார் மற்றும் வடகிழக்கு மாநிலங்களைச் சேர்ந்த இளைஞர்கள் காத்திருக்கிறார்கள். மற்ற மாநிலங்களுக்கும், அண்டை நாடுகளுக்கும், சொற்ப சம்பளத்துக்காகக் கூலித்தொழில் செய்யச் செல்லும் இவர்களுடைய நிலைமை பரிதாபம். பூடான் நாடு முழுவதும் கட்டடத் தொழில் செய்வதும், சாலைப் பணிகள் செய்வதும் இவர்கள்தான்.

அறையைக் காலி செய்துவிட்டுப் புறப்படும்போது மாலை நான்கரை மணி. பூட்டானில் சாலை விதிகளை மிகச்சரியாகக் கடைபிடிக்கிறார்கள். இங்கிலாந்தில் மூன்று ஆண்டுகள் கார் ஓட்டிய அனுபவம் எனக்குண்டு. எனவே, தொடக்கத்தில் நானே ஓட்டினேன். இருமருங்கிலும் கரும்பச்சை நிறத்தில் அடர்த்தியான காடுகள். பெரிய பெரிய பாறைகளை வெட்டி அமைக்கப்பட்ட சாலை.

ஆறு மாதங்களுக்கு முன்பு சைக்கிள் ஓட்டும்போது கீழே விழுந்து என் இடக்கை மணிக்கட்டு எலும்பு உடைந்தது. அதற்கு அறுவைசிகிச்சை செய்து பிளேட் பொருத்தியிருந்தது. அந்த பிளேட் வலியைக் கொடுத்ததால், இரண்டு வாரம் முன்பு மறுபடியும் அறுவைசிகிச்சை செய்து பிளேட்டை எடுத்து விட்டார்கள். இருந்தாலும் மிக லேசான வலி இருந்தது. மலைச்சாலையில் அடிக்கடி கியரை மாற்றும்போது கொஞ்சம் அதிக வலி கொடுத்தது.

இமயமலையில் ஓட்டும்போது மட்டும்தான், 'ஆட்டோ மேட்டிக் கியராக இருந்தால் நன்றாக இருந்திருக்குமே' என்ற எண்ணம் தோன்றியது. திடீரென்று லேசான தூறல். கொஞ்ச தூரம் சென்றால் நன்றாக ஆலங்கட்டி மழை பொழிந்திருப்பது தெரிந்தது. கடும் குளிர்ப்பிரதேசமாக இருப்பதால் பனிக் கட்டிகள் உருகாமல் சாலையின் இரண்டு பக்கமும் வெள்ளை வெளேரென்ற பனிப்போர்வை. புகைப்படம் எடுப்பதற்காக காரை சாலையின் ஓரத்தில் நிறுத்தினேன். மீண்டும் காரை எடுத்தால் வண்டி நகரவில்லை. சக்கரம் மட்டும்சுற்றிக்

மருத்துவர் இரா.செந்தில் ❖ 57

கொண்டே இருந்தது! இரண்டு அங்குலப் பனிதான். பயணம் புறப்படுவதற்கு இரண்டு வாரங்கள் முன்பு தான் நான்கு டயர்களையும் மாற்றியிருந்தோம். ஒரு வழியாக காரை எடுத்தோம். பனி மிக ஆபத்தானது. ட்ரைவிங் மேனுவல் புத்தகத்தில் வெவ்வேறு வேகங்களில் கார் போகும்போது, பிரேக்கை அழுத்தினால் எவ்வளவு தொலைவில் நிற்கும் என்ற பட்டியலிருக்கும். ஈரமான சாலையில் அந்த தூரம் அதிகமாக இருக்கும். சாலையில் எண்ணெய் இருந்தால் இந்த தூரம் மூன்று, நான்கு மடங்காகும். இறுகிய பனியின் மேல் பிரேக் போட்டால் கார் நிற்காது. ஏதேனும் தடையில் இடித்து நின்றால்தான் உண்டு.

இந்தப் பாதை ஆயிரக்கணக்கான ஆண்டுகளாக சீனா வையும் இந்தியாவையும் இணைக்கும் பாதை. 'பட்டுப்பாதை' என்றழைக்கப்பட்ட இந்தப் பாதை, இந்திய துணைக்கண்டத் துக்கும் சீன நாட்டுக்குமிடையே வணிக, கலாசாரப் பாலமாக விளங்கியது. செல்லும் வழியில் பல அருவிகள் கண்கொள்ளாக் காட்சி. இமயமலையின் அருவிகளும் ஆறுகளும் மலைச் சிகரங்களின் மேலுள்ள பனி உருகுவதால் தோன்றுபவை.

திடீரென்று, கார் சக்கரத்தில் இருந்து சத்தம் வரத் தொடங்கியது. காரை நிறுத்தி பஞ்சர் ஆகிவிட்டிருக்குமோ என்று பார்த்தோம். பஞ்சர் இல்லை. நாங்கள் அதிக எடையில் பொருட்கள் கொண்டுவரவில்லை. உணவுக்காக வாங்கிய காய்கறிகள், பாத்திரங்கள், கேஸ் சிலிண்டர் இவைகளின் எடை இருந்தது. சில நண்பர்கள் கேட்டுக்கொண்டதற்காகக் கயாவில் புத்தர் சிலைகள் வாங்கியிருந்தோம். கூடுதல் எடை காரணமாக ஷாக் அப்சார்பர் அழுந்தி, சக்கரம் மேலே உராய்ந்துகொண்டிருந்தது. கார் டிக்கியில் இருந்த சிலை களையும், புத்தகங்களையும் முன்னால் எடுத்து வைத்துக் கொண்டோம். அதற்குப் பிறகு சத்தம் வரவில்லை.

பவுண்ட்ஷோலிங் நகரிலிருந்து பாரோ சேரும் வரை யிலான 123 கிலோமீட்டர் தூரத்தில் ஒரே ஒரு பெட்ரோல் நிலையத்தைக்கூடக் காண முடியவில்லை. இதற்கான எச்சரிக்கைப் பலகை எதுவும் பவுண்ட்ஷோலிங் நகரில் இல்லை. எங்கள் வழக்கப்படி காலையிலேயே டீசல் நிரப்பி யிருந்ததால் கலக்கம் இல்லை. பூடானில் டீசலின் விலை லிட்டருக்கு 52 ரூபாய்!

நாங்கள் பாரோ நகரத்தை அடைந்தபோது இரவு ஏழரை மணி. இரவிலும் அழகாகத் தெரிந்தது. பூடானின் பாரம்பரிய கட்டடக் கலையுடன் கட்டப்பட்ட கட்டடங்கள். பாரோ நகரம் கடல் மட்டத்திலிருந்து 7,200 அடி உயரத்தில் இருக்கிறது. இது ஊட்டியின் உயரம்தான். ஆனால், பூமத்திய ரேகையிலிருந்து மேலும் வடக்கில் இருப்பதால் கடும் குளிராக இருந்தது. 10 செல்சியஸுக்குள்தான் வெப்பம் இருக்கும்.

சில்வர்பைன் விடுதியில் தங்கினோம். விடுதியில் நாங்கள் மட்டுமே தங்கியிருந்தோம். கடும் குளிராக இருந்ததால் விடுதியிலேயே சமைக்கச் சொன்னோம். அருமையான கோழிக் குழம்பும், சோறும் சமைத்துக் கொடுத்தார்கள். பூடான் மக்கள் அரிசிச் சோறு சாப்பிடுபவர்கள். புழுங்கல் அரிசிச் சோறும், குழம்பும் சுவையாக இருந்தன. பேலியோவுக்கும், சமைப்பதற்கும் பூடானில் விடுமுறை விட்டுவிட்டோம்! என்ன எண்ணெய் பயன்படுத்துகிறார்கள் என்று சமையல்காரரைக் கேட்டோம். அவர் எண்ணெய்ப் புட்டியைக் கொண்டுவந்து காட்டினார். சோயா பீன் எண்ணெய்!

அறைக்குள் ஹீட்டர் தேவைப்பட்டது. அது இல்லை என்பதால் ஸ்வெட்டர் போட்டுக்கொண்டு, இரண்டு கம்பளிகளைப் போர்த்திக்கொண்டு தூங்கினோம்.

விடிந்ததும் பாரோ நகரைச் சுற்றிப் பார்க்கவேண்டும்.

○

2020 MAR

01 SUN **02** MON TUE WED THU FRI SAT

புலிக்குகை மடாலயம்

காலை எழுந்தவுடன் வழக்கம்போல, குளிர்ந்த நீரில் குளிப்பதற்காக பக்கெட்டை நிரப்பினேன். தொட்டுப் பார்த்த விரல்கள் மரத்துப் போய்விட்டன. வேறு வழி இல்லாமல் கொஞ்சமாக வெந்நீர் கலந்து குளித்தேன்.

சில்வர்பைன் விடுதியில் காலை உணவு. பின்னர் புலிக்குகை புத்த மடாலயத்தை (Tiger nest monostry) நோக்கிப் பயணித்தோம். பாரோ சிறிய நகரம். செடியில் இருக்கும் ரோஜாக்களின் மலர்ச்சியுடன், சிவந்த கன்னங்களையுடைய பூடான் குழந்தைகள் பாரம்பரிய உடைகளை அணிந்து பள்ளிக்குச் செல்கிறார்கள். மிக அமைதியான ஊர். வாகனங்களின் ஹாரன் சத்தம் கிடையாது. ஒலிபெருக்கிகள் கிடையாது. வீடுகளுக்குள் வசிக்கிறார்களா என்று சந்தேகம் வருமளவுக்கு அமைதி.

புலிக்குகை புத்த மடாலயம் உள்ளூர் மக்களால் 'பாரோ தக்த்சாங்' என்று அழைக்கப்படுகிறது. தக்த்சாங் போகும் வழியில் பாரோ ஆறு ஓடுகிறது. அடியில் இருக்கும் கற்கள் தெரியும் அளவுக்குத் தெளிந்த நீர். இமயமலைப் பகுதியில் ஓடும் ஆறுகளில் மணலைக் காணமுடியாது. பெரியதும், சிறியதுமாக, பட்டை தீட்டப்பட்டது போன்ற வழவழப்பான கற்களே ஆறுகளின் படுகைகளிலும், பக்கங்களிலும் காணப்படும்.

பாரோ பள்ளத்தாக்கில் அதிக அளவில் நெல் பயிரிடப்படுகிறது. அழகான நெல் வயல்கள் அமைந்த பள்ளத்தாக்கைக் கடந்ததும் இருமருங்கிலும் உயரமான பைன் மரக் காடுகள். பூடான் ஆசியாவின் சுவிட்சர்லாந்து என்று அழைக்கப்படுகிறது. இந்தச் சாலையில் பயணித்தால் அது எவ்வளவு பொருத்தமானது என அறிந்துகொள்ளலாம்!

தக்த்சாங் புத்த மடாலயம், கடல்மட்டத்திலிருந்து 10,241 அடி உயரத்தில் இருக்கிறது. நாம் காரை நிறுத்திவிட்டு 2500 அடி ஏறவேண்டும். செங்குத்தான மலைப்பாதை. மலையடிவாரத்தில் வாடகைக்கு ஊன்றுகோல் கிடைக்கிறது. மலையேறும்போது ஊன்றுகோல் பயன்படுத்துவது, நம் சிரமத்தை 40% வரை குறைக்கும். வழக்கம்போல சம்பத் சிரமமில்லாமல் ஏறி விட்டார். கேசவன் ஓட்டமும், நடையுமாக ஏறினார். எனக்கு இடையிடையே கொஞ்சம் ஓய்வு தேவைப்பட்டது.

எங்களோடு சென்னையைச் சேர்ந்த மென்பொருள் பொறியாளர் அருண் ராகேஷ் இணைந்தார். சொந்த ஊர் திருநெல்வேலி. ஏதாவது சாகசம் செய்ய ஆசைப்பட்டார். சென்னையிலிருந்து சிம்லாவுக்கு விமானத்தில் வந்தார். 20,000 ரூபாய்க்கு மிதிவண்டி வாங்கினார். தங்குவதற்கு ஒரு கூடாரம். படுப்பதற்கு ஒரு ஸ்லீப்பிங் பேக். கையில் வெறும் 20,000 ரூபாய். மனத்தில் வேகமும், துணிவும்!

சிம்லாவில் இருந்து மிதிவண்டி ஓட்டிக்கொண்டே ஹரித்வார், கேதார்நாத் ஆகிய ஊர்களைக் கடந்து நேபாளம் வழியாக சிலிகுரி வந்து, பவுண்ட்ஷோலிங் வந்து விட்டார். 2250 கிலோமீட்டர் தூரத்தை 25 நாட்களில் கடந்து விட்டார். பூட்டானுக்குள் மிதிவண்டியில் செல்ல அனுமதி கிடைக்கவில்லை. அதனால், மிதிவண்டியை பவுண்ட்ஷோலிங்கில் விட்டுவிட்டு வாடகைக்காரில் தொற்றிக் கொண்டு வந்திருந்தார். மைனஸ் எட்டு டிகிரி குளிரில் டென்ட் போட்டுத் தங்கியிருந்த அனுபவத்தைப் பகிர்ந்தார். நேபாளத்தில் கூடாரம் அமைத்துக்கொண்டிருந்த போது, அருகிலிருந்த வீட்டுக்காரர், "இந்தக் குளிரில் எப்படி வெளியே தங்கப் போகிறாய்? வீட்டுக்குள் வந்து தங்கிக்கொள்!" என்று அழைத்துத் தங்கவைத்தார்களாம். அவர்கள் ஏற்கெனவே உணவு அருந்தியிருந்தார்கள். இவருக்காகப் புதிதாகச் சமைத்துக் கொடுத்தார்கள். மாநிலங்களையும், நாடுகளையும், கண்டங்களையும் இணைப்பது மானுடம்தான்!

தக்த்சாங் மலையில் ஏறிக்கொண்டிருந்தபோது சுமார் 60 வயது மதிக்கத்தக்க ஒருவர் ஏறிக்கொண்டிருந்தார். ஒல்லியாக இருந்தார். "நீங்கள் ராணுவத்தில் அல்லது காவல் துறையில் பணிபுரிந்தீர்களா?" என்று கேட்டேன். சர்மா என்ற பெயருடைய அவர், "அதெல்லாம் ஒன்றுமில்லை. நான் ஒரு பிசினஸ்மேன். தினசரி உடற்பயிற்சி செய்வேன்" என்றார். அவருக்கு வயது 67!

உங்கள் சுறுசுறுப்பையும், இயக்கத்தையும் நிர்ணயிப்பதில் உடல் எடைக்கு முக்கியப் பங்கு உண்டு. உங்கள் உயரம் 160 சென்டி மீட்டர் என்றால் நீங்கள் 60 கிலோ இருக்க வேண்டும். அதற்குமேல் இருக்கிற ஒவ்வொரு கிலோவும் உங்கள் மூட்டுகளுக்கும், இதயத்துக்கும் அதிக வேலையைத் தந்து பாதிப்பை ஏற்படுத்தும். இந்த மலையேற்றத்திற்கு வந்திருந்த பல இளம்பெண்கள், சர்மாவை விட அதிகமாகச் சிரமப்பட்டுக் கொண்டிருந்ததைப் பார்க்க முடிந்தது. காரணம் கார்போஹைட்ரேட் உணவுகளும், உடல் பருமனும்!

மலையேறும் வழியில், அருவிகளில் வரும் நீரைக் குழாய்கள் மூலம் ஆற்றுப்படுத்தி, குடிநீர் வசதி ஏற்படுத்தி இருக்கிறார்கள். சுவையான இயற்கைக் குடிநீர்! வழியில் பிளாஸ்டிக் குப்பைகளைப் போடுவதற்காகத் தொட்டிகள் அமைத்திருக்கிறார்கள். பிளாஸ்டிக் பைகள், மதுப்புட்டிகள் போன்றவற்றைச் சாலையோரங்களில் காணமுடியவில்லை.

மூன்று மணி நேர மலையேற்றத்திற்குப் பிறகு தக்த்சாங் புத்தர் கோயிலை அடைந்தோம். பஞ்சுப்பொதிகளாக மேகங்கள் ஒட்டிக்கொண்டிருக்கும் மலை முகடுகள். கத்தியால் வெட்டி விட்டது போன்ற செங்குத்தான பாறையின் முகட்டில் இந்த ஆலயம் கட்டப்பட்டிருக்கிறது. அருகில் ஓடும் அருவியின் நீர், மேல்பகுதியில் உறைந்து பனிப்பாறையாக இருக்கிறது. கோயிலின் மேலே பெரிய பாறை நீட்டிக்கொண்டிருக்கிறது. பூடான் நாட்டின் கலாசார அடையாளமாகத் தக்த்சாங் புத்த ஆலயம் விளங்குகிறது.

எட்டாம் நூற்றாண்டில் பத்மசாம்பவா என்ற புத்தத் துறவி, மூன்று ஆண்டுகள், மூன்று மாதங்கள், மூன்று வாரங்கள், மூன்று நாள், மூன்று மணி நேரம் இந்த இடத்தில் அமர்ந்து தியானம் செய்தார். பூடான் நாட்டில் பவுத்த மதத்தைப் பரப்பினார். அவர், பறக்கும் பெண்புலியின் முதுகில் அமர்ந்து திபெத்திலிருந்து பறந்து இங்கே வந்ததாக நம்பிக்கை. அவருடைய 12 அடி உயர சிலை இங்கே இருக்கிறது. தக்த்சாங் புத்தக் கோயில் 1692ஆம் ஆண்டு கட்டப்பட்டது.

மலையிலிருந்து இறங்கி, பூடான் தேசிய அருங்காட்சியகத்தை நோக்கிப் பயணித்தோம். இந்தப் பயணம் முழுவதும் கூகுள் வரைபடத்தைப் பயன்படுத்தினோம். இரண்டு முறை கூகுள் எங்களை இக்கட்டில் மாட்டி விட்டுவிட்டது.

அருங்காட்சியத்திற்கு வழி கேட்டால், எங்களை ஒரு முட்டுச் சந்துக்குக் கொண்டுபோய் விட்டுவிட்டது.

இதேபோல மேற்கு வங்காளத்தில் ஒரு நிகழ்வு. சிலிகுரிக்கு அருகில் நெடுஞ்சாலையில் பயணித்துக்கொண்டிருந்தோம். பால வேலை நடைபெற்றுக்கொண்டிருந்தது. மாற்றுப்பாதைக்கான அறிவிப்புப்பலகை எதுவும் இல்லை. சாலையின் இடதுபுறம் ஒரு மண் சாலை சென்றது அதில் மூன்று கிலோமீட்டர் தூரம் சென்றோம். இரண்டு பக்கமும் குடிசை வீடுகள். மூங்கில் வேலிகள். திடீரென்று மண்சாலை முடிந்துவிட்டது. வேறு வழியில்லாமல் மீண்டும் நெடுஞ்சாலைக்கு வந்தோம். பாலத்தின் வலதுபக்கத்தில் ஒரு மண்சாலை சென்றது. மறுபடியும் ஐந்து கிலோமீட்டர் பயணம். குடிபோதையிலிருந்த இரண்டு பேர், சாலையை மறித்து ஒரு மரத்தைப் போட்டு, அதன் மேல் உட்கார்ந்துகொண்டிருந்தார்கள். குமார், அங்கே இருந்த ஒருவரிடம் 'எப்படியாவது வழி விடச் சொல்லுங்கள்' என்று தமிழில் கேட்டுக்கொண்டார். அவர் பதிலுக்கு வங்காள மொழியில் ஏதோ பேசினார். பேச்சு புரியாவிட்டாலும் இதயங்கள் உரையாடின! ஒருவழியாக எங்களுக்கு வழி விட்டார்கள். குண்டும் குழியுமான மண் சாலை. வழியில் நூற்றுக்கணக்கான வீடுகள். தெருவிளக்குக் கம்பங்களையோ, குடிநீர்க் குழாய்களையோ பார்க்க முடியவில்லை. கிராமங்களுக்கு நல்ல கட்டமைப்பு வசதி செய்து கொடுத்திருப்பது தமிழகம் மட்டும்தான்.

கூகுளைப் பயன்படுத்தத் தொடங்கிய பிறகு, நாம் வரைபடங்களை மறந்தே போய்விட்டோம். இது போன்ற நீண்ட பயணங்களுக்கு வரைபடங்களும் இருந்தால் நமக்குப் பாதுகாப்பு!

பூடானுடைய நாணயம் நிகுல்ட்ரம் (Ngultrum). இந்திய ரூபாய்க்குச் சமமான மதிப்புடையது. பூடான் நாடு முழுவதும் இந்திய ரூபாய் பயன்படுகிறது. இந்திய ரூபாயை பூடான் காசாக மாற்றவேண்டியதில்லை. பூடான் மக்கள் திஃசொங்கா (Dzongkha) மொழி பேசுகிறார்கள். இந்தியும், ஆங்கிலமும் பெரும்பாலானோருக்குத் தெரிந்திருக்கிறது.

கிருட்டிணகிரி மாவட்டம் வரட்டனப்பள்ளியில் இரண்டரை லட்சம் ஆண்டுகளுக்கு முன் மனிதர்கள் வாழ்ந்ததற்கான சான்றுகள் கிடைத்திருக்கின்றன.

பூடானில் மனிதர்கள் 4000 ஆண்டுகளாகத்தான் வாழ்ந்து வருகின்றனர். கி.பி. ஒன்பதாம் நூற்றாண்டில் திபெத்தில் கலவரம் ஏற்பட்டபோது, புத்த பிக்குகள் அங்கிருந்து தப்பி வந்து இங்கே குடியேறினார்கள். வரலாறு நெடுகிலும் பூடான் எப்போதும், யாராலும் கைப்பற்றப்படவில்லை. சுதந்திர நாடாகவே இருந்திருக்கிறது. அதற்குக் காரணம், யாரும் எளிதாகக் கடந்துவிட முடியாத, இயற்கை அரணாக நான்கு புறமும் சூழ்ந்திருக்கும் இமயமலைத் தொடர்கள்.

இந்தியாவை ஆண்ட பிரிட்டிஷ் ஆட்சியாளர்கள் 1907ஆம் ஆண்டு பூடானோடு ஒரு ஒப்பந்தம் ஏற்படுத்திக் கொண்டார்கள். அதன்படி பூடான் தன் வெளி விவகாரக் கொள்கையை பிரிட்டிஷாரிடம் விட்டுவிட்டால், பூடானின் உள்நாட்டு விவகாரத்தில் பிரிட்டிஷார் தலையிடமாட்டார்கள். ஏறக்குறைய இதே மாதிரியான ஒப்பந்தத்தை விடுதலை அடைந்த இந்தியாவுடனும் பூடான் நாடு, 1949ஆம் ஆண்டு ஏற்படுத்திக்கொண்டது.

பூடான் மன்னர் 'ஜிக்மே கேசர் நாம்கியல் வாங்சுக்' அவர்களுடைய படத்தைப் பல இடங்களில் காண முடிந்தது. பூடான் மன்னர் அழகிய தோற்றமுடையவர். 2004ஆம் ஆண்டு தாய்லாந்து நாட்டுக்குச் சுற்றுப்பயணம் சென்றபோது, தாய்லாந்துப் பெண்கள் அவர் அழகைப் பார்த்து மயங்கினார்கள் என்பது செய்தியாக இருந்தது! 2008ஆம் ஆண்டு மன்னராக முடிசூட்டிக்கொண்ட போது வாங்சுக்கின் வயது 26. அமெரிக்காவிலும், இங்கிலாந்திலும் படித்தவர். முடிசூட்டிக்கொண்டவுடன் நாடு முழுவதும் பயணித்தார். மக்களைச் சந்தித்து, மக்களாட்சியின் மேன்மைகளை விளக்கினார். பூட்டானில் மக்களால் தேர்ந்தெடுக்கப்பட்ட நாடாளுமன்றம் அமைத்தார்.

மாலை சில்வர்பைன் விடுதியைக் காலி செய்துவிட்டுத் திம்பு நோக்கிப் பயணித்தோம்.

தேசிய வளர்ச்சியும் தேசிய மகிழ்ச்சியும்

பாரோ பள்ளத்தாக்கில் இறங்கி, மீண்டும் திம்பு பள்ளத்தாக்கில் ஏறினால், வடக்குப் பகுதியில் திம்பு நகரம் இருக்கிறது. திம்புவை அடைந்தபோது மாலை ஏழு மணி. 3,291 கிலோமீட்டர் தூரத்தை எட்டரை நாள்களில் கடந்திருக்கிறோம்.

பயணத்தின்போது 100 கிலோமீட்டர் வேகத்தைத் தாண்டவில்லை. இரவு ஏழு மணிக்குப் பிறகு பயணிக்க வில்லை. முடிந்தவரை உடற்பயிற்சி செய்தோம். பெரும்பாலும் நாங்களே சமைத்த உணவு. கொஞ்சம் கூடச் சோர்வு இல்லை. முதுகு, கை, கால் வலிகள் இல்லை. எந்த இடத்திலும் காவல்துறையினரால் நிறுத்தப்படவில்லை. தமிழ்நாட்டில் பார்ப்பதுபோல வேறெங்கும் காவலர்களைக் காணவில்லை. பூடானில் போக்குவரத்துக் காவலர்களைப் பார்க்க முடிந்தது.

திம்பு, பூடான் நாட்டின் தலைநகரம். பாரம்பரியக் கட்டடங்களைக் காட்டிலும் மேற்கத்திய பாணிக் கட்டடங்கள் அதிகம்.

பூடான் ஏழை நாடு. மொத்த உள்நாட்டு உற்பத்தி (GDP) என்ற அளவுகோலின் அடிப்படையில் நாட்டின் வருவாய் குறைவு. பகிர்ந்தளித்தல் நீதி சரியாக இருப்பதால், அதனை விட, வசதியான நாடுகளை விட மக்களின் வாழ்க்கைத் தரம் சிறப்பாக இருக்கிறது.

1972ம் ஆண்டு, டைம்ஸ் ஆஃப் இந்தியா பத்திரிகையின் செய்தியாளர், மும்பை விமானநிலையத்தில், பூடான் மன்னரைப் பேட்டி கண்டார்.

"உங்கள் நாட்டின் மொத்த உள்நாட்டு உற்பத்தி மிகக் குறைவாக இருக்கிறதே?" என்று கேட்டார். அன்றைய

பூடான் மன்னர் ஜிக்மே சிங்கே வாங்சுக், "மொத்த தேசிய உற்பத்தியை விட மொத்த தேசிய மகிழ்ச்சி முக்கியமானது!" என்று பதிலளித்தார். 2008ஆம் ஆண்டு முடிசூட்டிக்கொண்ட தற்போதைய மன்னர் ஜிக்மே கேசர் நாம்கியல் வாங்சுக், 'மொத்தத் தேசிய மகிழ்ச்சி'யை தன் நாட்டின் வளர்ச்சிக் குறியீடாக அறிவித்தார். இந்த முன்மாதிரியை அனைத்து நாடுகளும் பின்பற்ற வேண்டும் என ஐக்கிய நாடுகள் சபை அறிவுறுத்தியது. மகிழ்ச்சிக்கான குறியீடுகளை வகுத்தது.

இரண்டாயிரம் ஆண்டுகளுக்கு முன்பே, 'நாட்டு மக்களை இன்பமாக வைத்திருப்பது அரசின் கடமை' என சாக்கியமுனி வள்ளுவன் வகுத்தான்.

பிணியின்மை செல்வம் விளைவின்பம் ஏமம்
அணியென்ப நாட்டிற்கிவ் வைந்து.

(நோயில்லாதிருத்தல், செல்வம், விளைபொருள் வளம், இன்பவாழ்வு, நல்ல காவல் இந்த ஐந்தும் நாட்டுக்கு அழகு.)

இந்தியாவுக்குள் பயணித்தபோது, மக்களிடையே நிலவும் ஏற்றத்தாழ்வு நம் முகத்தில் அறைகிறது. அழகிய சீருடை அணிந்து, புத்தகப் பைகளைச் சுமந்து பள்ளிக்குச் செல்லும் குழந்தைகள் ஒரு புறம். பள்ளிவேளையில், முதுகில் பைகளைச் சுமந்துகொண்டு குப்பைகள் பொறுக்கப்போகும் குழந்தைகள் ஒரு புறம். இந்திய நாட்டின் வளர்ச்சிக்கான குறியீடாக நாட்டின் மொத்த உற்பத்தியைக் காட்டுவதை ஏமாற்று வேலையென்றே கருதவேண்டும். எல்லாக் குழந்தைகளுக்கும் ஒரே மாதிரியான கல்வியை அளிக்கமுடியாத ஒரு நாட்டில், நுழைவுத் தேர்வுகளின் மூலம் கல்வியில் சமநிலையை ஏற்படுத்த முயலும் அரசை என்னவென்று அழைப்பது?

பூடானில் பெரிய தொழிற்சாலைகள் கிடையாது. வேளாண்மை, வனங்களின் மூலம் வரும் வருவாய் ஆகியவை 60% வருவாய் ஆதாரங்கள். இத்துடன், இமயமலையின் அருவிகளைப் பயன்படுத்தி நீர்மின்சாரம் உற்பத்தி செய்து இந்தியாவுக்கு ஏற்றுமதி செய்கிறது.

புகையிலை சாகுபடி, வணிகம், பயன்பாடு அனைத்துக்கும் தடை. வெளிநாட்டிலிருந்து வரும் சுற்றுலாப்பயணிகள் புகையிலை கொண்டுவந்தால், அதை வாங்கியதற்கான சான்றைக் காட்ட வேண்டும். வருவாய்க்காக மது தயாரிப்பு நடைபெறுகிறது. உலகச் சந்தையில் போட்டிபோடும் அளவுக்குத்

தரமான ஒயின், விஸ்கி, பிராந்தி, வோட்கா, பியர் போன்ற மது பானங்களை பூடான் தயாரிக்கிறது.

ஒன்பது நாட்கள் பயணித்து, இலக்கை அடைந்துவிட்ட மகிழ்ச்சியை குமார் பூடான் வோட்காவுடன் கொண்டாடினார். 750 மிலி குப்பியின் விலை 320 ரூபாய். பூடான் பியர் 80 ரூபாய். இரண்டுமே நன்றாக இருப்பதாக குமார் சான்றிதழ் அளிக்கிறார்! காபி பிரியனான என்னால் பூடான் காபியை ரசிக்க முடியவில்லை. உணவகங்களில் பவுடர்பால் காப்பி தான்!

மூன்று நட்சத்திர விடுதியில் அன்றிரவு தங்கினோம். வசதியான அறை. இரவு, காலை – இரண்டு வேளை உணவோடு சேர்த்து இரண்டு பேருக்கு 3,500 ரூபாய். குளிர்காலமாகையால் பாதி வாடகை.

காலை ‘சாங்கங்கா லகாங்’ புத்த ஆலயத்துக்குச் சென்றோம். பன்னிரண்டாம் நூற்றாண்டில் கட்டப்பட்டது. பிறந்த குழந்தைகளுக்கு இக்கோவிலில் பெயர் சூட்டுவார்கள். நம் ஊர்க் கோவில்களில் செய்வதைப்போல குழந்தைகளுக்குக் கையில் கயிறு கட்டிவிடுவார்கள். புத்தர் கோவில்களில் விதவிதமான நிறங்களில் கொடிகள் பறப்பதைப் படங்களில் பார்த்திருப்பீர்கள். பிறந்த நாள், நேரம் ஆகியவற்றைப் பார்த்துக் குழந்தைக்கு எந்த நிறக் கொடி ராசியானது என்று பூசாரி சொல்வார். மூடநம்பிக்கைகளை எதிர்த்த புத்தனுடைய வழிபாட்டிலும் மூடநம்பிக்கைகள் புகுந்துகொண்டன!

பூடான் கோவில்களுக்குள் நுழைய பேன்ட்டும், சட்டையும் அணிந்திருக்க வேண்டும். டிரவுசர், கையில்லாத டிஷர்ட்டுக்கு அனுமதி கிடையாது. முழுக்கைச் சட்டை அணிந்திருந்தால் மட்டுமே தக்த்சாங் கோவிலுக்குள் நுழைய அனுமதி. சுற்றுலா போகும் இடங்களில் நிறைய பேர் டிரவுசர் அணிந்து வருவதைப் பார்க்கலாம். சுற்றுலாவின்போது, அலுவலகத்துக்குப் போவதுபோல ஆடை அணியக்கூடாது. வண்ணமான, இறுக்கமில்லாத உடைகள் அணிவது நாம் எந்தக் கட்டுப்பாட்டிலும் இல்லை என்பது போன்ற உணர்வைத் தரும். மனத்தின் இறுக்கத்தைத் தளர்த்தும். ஆனால், பேன்ட்டும், கை வைத்த டிஷர்ட்டும் அணிவது கடைகளுக்கும், வழிபாட்டு இடங்களுக்கும் போகும்போது சரியானதாக இருக்கும். டிரவுசர்களையும், கையில்லாத டிஷர்ட்டுகளையும் மாலை நேரங்களில், அல்லது தங்கும் விடுதிகளுக்குள் அணியலாம்.

திம்பு நகரின் அருகில் உள்ள குன்றின் மேல் பிரமாண்டமான புத்தர் சிலை இருக்கிறது. அதனைப் பார்த்த பிறகு நினைவுப் பொருட்கள் வாங்குவதற்காகக் கடை வீதிக்குச் சென்றோம். இயந்திரங்களைப் பயன்படுத்தி செய்யப்படும் எந்தப் பொருளும் பூடானில் உற்பத்தியாவதில்லை. விற்கப்படும் சிலைகள், மற்ற நினைவுப்பொருட்கள் அனைத்துமே இந்தியாவிலும், சீனாவிலும் தயாரிக்கப்பட்டவை. விலை அதிகம். உள்ளூர்க்காரர் வரைந்த ஓர் ஓவியத்தை வாங்கிக் கொண்டு புறப்பட்டோம்.

பூடான் சுற்றுப்பயணம் தட்பவெப்ப நிலையையும், இயற்கையையும் ரசிப்பதற்காகத்தான். பெரிய கட்டடங்களோ, புராதனச் சின்னங்களோ இங்கே கிடையாது. தேனிலவுக்குச் செல்லச் சிறந்த இடம். வெளிநாடுகளுக்குச் சென்று வருவதற்கு இணையான அனுபவம் கிடைக்கும். குளிர்காலத்தில் இங்கே பனி பொழியும். போக்குவரத்து ஆபத்தானதாக இருக்கும். அந்தப் பருவத்தில் அந்தமான் தீவுகள் தேனிலவுக்கேற்ற இடம்.

நண்பகல் 12 மணிக்கு, வீடு நோக்கிய பயணத்தைத் தொடங்கினோம். வரும் வழியில் கொல்கத்தா, புவனேஸ்வர், விஜயவாடா ஆகிய நகரங்களைப் பார்க்கத் திட்டமிட்டிருந்தோம். கொரோனா வைரஸ் அச்சம் காரணமாக மக்கள் நெருக்கமுள்ள பகுதிகளைத் தவிர்க்க முடிவு செய்தோம். இந்த மூன்று நகரங்களையும் எங்கள் பயணப் பட்டியலில் இருந்து தவிர்த்துவிட்டோம்.

மாலை நான்கு மணிவாக்கில் பவுண்ட்ஷோலிங் நகரை அடைந்தோம். பூட்டானின் பசுமை எழிலை எங்கள் கண்களிலும், மக்களின் இனிய விருந்தோம்பலை மனங்களிலும் சுமந்துகொண்டு பூடான் வாயிலைக் கடந்தோம்.

வாயிலின் மறுபுறம் தூசியும், சத்தமுமாக, குண்டும் குழியுமான சாலைகளோடு, வாகன நெருக்கடியுடன் இந்தியா வரவேற்றது.

○

2020 MAR

05

SUN MON TUE WED THU FRI SAT

கூடு நோக்கி...

சென்ற வழியிலேயே திரும்பவேண்டாம் என்று முடிவு செய்தோம். வரும்போது கிழக்குக் கடற்கரை ஓரமாகத் திரும்பத் திட்டமிட்டோம். ஜெய்கோனிலிருந்து சிலிகுரி வரையிலான சாலையின் இரு புறமும் தேயிலைத் தோட்டங்கள். வழியில் ஜல்தோரா தேசியப் பூங்காஇருக்கிறது. இது ஒற்றைக்கொம்பு காண்டாமிருகங்களின் சரணாலயம். இந்திய காண்டாமிருகம் அழிந்துவரும் உயிரினம். இந்தியா முழுவதிலும் வெறும் 2,000 காண்டாமிருகங்கள் மட்டுமே இப்போது உயிர்வாழ்கின்றன. ஜல்தோரா பூங்காவில் 163 காண்டாமிருகங்கள் இருக்கின்றன.

மேற்கு வங்காளத்தின் இந்தப் பகுதியைக் கடந்தவுடன் பீகார். எங்கள் பயணத்தின் மிகக்கடுமையான வாகன நெருக்கடியை பீகாரில் சந்தித்தோம். 26 கிலோமீட்டர் தூரத்தைக் கடப்பதற்கு மூன்று மணி நேரமானது. எங்களுக்கு எதிரேவரும் லாரிகள் 26 கிலோ மீட்டர் தூரத்துக்கு நின்றுகொண்டிருந்தன. பல லாரிகளில் ஓட்டுநர்கள் இருக்கையில் இல்லை. சிலர் சமைத்துக்கொண்டிருந்தார்கள்! பல மணி நேரமாக இந்த நெருக்கடி இருந்திருக்க வேண்டும்.

பீகார் நீர் வளமிக்க மாநிலம். கங்கை ஆறும், அதன் துணைஆறுகளும், இமயத்திலிருந்து ஓடிவரும் எண்ணற்ற ஆறுகளும் ஓடும் நிலப்பகுதி. சாலையின் இருபுறமும் நெல், கோதுமை வயல்கள். நீர் வளமும் நில வளமும் நிறைந்த இந்த மாநிலத்தில் ஏழ்மை தாண்டவமாடுகிறது. வழியில் பார்த்த பெரிய தொழில் மாட்டுச்சாண வறட்டி உற்பத்திதான்! எல்லா ஊர்களிலும் முஸ்லிம்கள் வாழ்கிறார்கள். அவர்களும் வறுமையில்தான் வாழ்க்கை. மனித வாழ்க்கையின் ஏற்றத்துக்கு நிலவளம், நீர்வளம் இவற்றைவிட மனவளம்தான் அதிகம் தேவை.

பீகாரைக் கடந்து ஜார்க்கண்ட் மாநிலத்துக்கு வரும் போது பென்னாகரம் வட்டத்துக்குள் வந்துவிட்ட உணர்வு ஏற்பட்டது. பென்னாகரம் வட்டம்போன்ற மேடு பள்ளமான நில அமைப்பு. பள்ளங்களில் மட்டும் நீர் ஆதாரமும், பசுமையும். மற்றபடி வானம் பார்த்த பூமி. எளிமையான பழங்குடி மக்கள். சொற்பச் சம்பளத்துக்காக ஏன் இவர்கள் ஆயிரக்கணக்கான மைல்கள் பயணம் செய்து சென்னையிலும், கோயம்புத்தூரிலும், திருப்பூரிலும் பணியாற்றுகிறார்கள் என்பது இவர்களின் ஊரைப் பார்த்தால்தான் புரிகிறது.

"கங்கை நதிப்புறத்துக் கோதுமைப் பண்டம்
காவிரி வெற்றிலைக்கு மாறு கொள்வோம்
வங்கத்தில் ஓடிவரும் நீரின் மிகையால்
மையத்து நாடுகளில் பயிர் செய்குவோம்"

என்று பாரதி பாடியது கனவு மட்டுமல்ல. அது ஓர் அரசியல், பொருளாதாரத் தத்துவம். நாடு என்ற அரசியல் அமைப்பில் ஒவ்வொரு குடிமகனும் தன்னால் முடிந்த பங்களிப்பைச் செய்கிறான். அனைவருக்கும் ஒரேமாதிரியான வாழ்க்கைத் தரத்தை அளிப்பது அரசின் கடமையாகும்.

பன்றிகளையும், கழுதைகளையும் தமிழகத் தெருக்களில் பார்த்துப் பல பத்தாண்டுகள் ஆகின்றன. பீகாரில் இப்போதும் பார்க்கலாம்! தெருவிளக்குகளைக் காணவில்லை. சாலை ஓரங்களில் செய்தித்தாள் படிப்பவர்களைப் பார்க்க முடிய வில்லை. கடைகளில் செய்தித்தாள்களும், பத்திரிகைகளும் தொங்கவில்லை. ஆந்திராவுக்கு வடக்கே பேருந்து வசதி மிகமிகக் குறைவு. இந்தியாவின் மற்ற எந்த மாநிலங்களிலும் தமிழ்நாட்டுக்கு இணையான பேருந்து வசதிகள் கிடையாது.

வடஇந்திய மாநிலங்கள் பலவற்றில் தேசிய நெடுஞ் சாலைகள், தமிழ்நாட்டு மாவட்டச் சாலைகளின் தரத்திலேயே இருக்கின்றன. பல இடங்களில் நான்குவழிச் சாலைகள் அமைக்கும் பணிகள் நடந்துகொண்டிருக்கின்றன.

பீகார், ஜார்க்கண்ட் மாநிலங்களைக் கடந்தால் மீண்டும் மேற்கு வங்காளம். வழியில் 'டுமக்' என்ற ஊர் இருக்கிறது. அங்கிருந்து கரக்பூர் நோக்கிப் பயணித்தோம். இடப்புறத்தில் தாமோதர் ஆறு ஓடுகிறது. தாமோதர் ஆறு கிழக்காக ஓடி கல்கத்தா நகரின் தென்கிழக்கில் ஹூக்ளி ஆற்றுடன் சேர்ந்து கடலில் கலக்கிறது. இங்கிருந்து நூறு கிலோமீட்டர்

தக்த்சாங் - புலிக்குகை புத்த மடாலயம்

பயணத்தின் நடுவில்... ஓய்வும் ஒரு சுகம்!

திம்பு நகரத்தின் வரவேற்பு நுழைவாயிலில்... மருத்துவர் செந்தில்.

திம்புவில் புத்தர் சிலை.
மருத்துவர் செந்திலுடன் சம்பத்குமார், உதயகுமார், கேசவன்.

கார் பயணத்துக்கு இடையில் ஜோரான சமையல் வேலை...

சில்கா ஏரியில் படகு சவாரி - ஒடிஸா

தொலைவில் ஹூக்ளி ஆற்றின் கரையில் பிளாசி என்ற ஊர் இருக்கிறது. பள்ளிக்கூட நாட்களில் பிளாசிப் போர் பற்றிப் படித்தது உங்களுக்கு நினைவிருக்கலாம். இந்திய மண்ணில் ஆங்கிலேயர்கள் தங்கள் ஆட்சியை நிலை நிறுத்துவதற்கு முக்கியக் காரணமாக இருந்த போர்களில் ஒன்று பிளாசிப் போர். அந்தப் போரின் நாயகன் ராபர்ட் கிளைவ்.

வணிகம் செய்வதற்காகவே ஆங்கிலேயர்கள் இந்தியாவுக்கு வந்தார்கள். 1608ஆம் ஆண்டு ஆகஸ்ட் மாதம் 24ஆம் தேதி சூரத் நகரில் வந்திறங்கினார்கள். ஆனால், அவர்கள் வேரூன்றி வளர்ந்தது நம்முடைய மதராசப்பட்டினத்திலும், கல்கத்தா நகரிலும்தான். அந்தக் காலத்திய வங்காளம், இந்திய துணைக் கண்டத்திலேயே அதிகச் செல்வ வளம் படைத்த பகுதி. சணல், பருத்தி, பட்டு உற்பத்தியிலும், நெசவுத் தொழிலிலும் சிறந்திருந்தது.

அப்போது வங்காளத்தில் நவாபுகளின் ஆட்சி நடந்தது. வங்காளத்தின் நவாபாக இருந்த சிராஜ் உத்தௌலாவுக்கு ஆங்கிலேயர்களின் சூழ்ச்சிகள் நன்றாகப் புரிந்தன. 'வணிகம் செய்வதுபோல உள்ளே நுழைகிறார்கள். பிரித்தாளும் சூழ்ச்சியைக் கையாள்கிறார்கள். அரசுக்கு எதிராக யாரையாவது தூண்டி விட்டு, கலகத்தை ஏற்படுத்தி, கலகக்காரர்களுக்கு உதவி செய்து, அவர்களையே மன்னர்களாக்குகிறார்கள். தங்களது புதிய மன்னர்களைக் கைப்பாவைகளாகப் பயன்படுத்தி ஆங்கிலேயர்கள் அவர்களே மறைமுகமாக ஆட்சி செய்கிறார்கள்' என்பதெல்லாம் அவருக்குப் புரிந்தன. ஆங்கிலேயர்களை இந்த மண்ணிலிருந்து விரட்டியடிக்க முடிவுசெய்தார். அதற்காகப்படை திரட்டினார். 35 ஆயிரம் காலாட்படையினர், 15,000 குதிரைப் படையினர் ஆகியவற்றோடு, 53 பீரங்கிகளும், அவற்றை இயக்குவதற்கு பிரெஞ்சுப் படையினருமாகப் பெரும் படை புறப்பட்டது.

அவர்களை எதிர்கொள்ள 2,200 தென்னிந்தியக் கூலிப்படையினரையும், 800 ஆங்கிலேயர்களையும் கொண்ட படையோடு, எட்டு பீரங்கிகளை மாட்டு வண்டிகளில் ஏற்றிக்கொண்டு ராபர்ட் கிளைவின் ஆங்கிலேயேப் படை கல்கத்தாவிலிருந்து புறப்பட்டது. பச்சைப் பசேலென்ற நெல்வயல்கள் மற்றும் மாந்தோப்புகளின் வழியாகப் பல ஓடைகளையும், ஆறுகளையும் கடந்து அந்தப் படை பயணித்தது.

கிளைவ், குழந்தைப்பருவத்தில் இருந்தே முரடன் என்று பெயர் வாங்கியவர். தகராறு செய்ததற்காகப் பள்ளியிலிருந்து வெளியே அனுப்பப்பட்டவர். தன் ஒன்பதாவது வயதில், ஒரு

சவாலுக்காக அவருடைய ஊரிலிருந்த செயின்ட் மேரிஸ் தேவாலயத்தின் கோபுரத்தின்மீது விறுவிறுவென ஏறிவிட்டார். ஊரே அரண்டு போனது. அவரை வளர்த்த அவருடைய அக்காவின் கணவர், "அவன் யாருடனாவது சண்டை போடாத நாளே இல்லை. சண்டை அவனுக்கு அன்றாடச் சாப்பாடுபோல" என்று கூறினார்.

தன்னுடைய பத்தொன்பதாவது வயதில், குமாஸ்தாவாகப் பணி செய்வதற்காக அவர் சென்னை வந்திறங்கினார். எப்படிப் பட்ட ஆபத்தைக் கண்டாலும் கலங்காத, அசாத்தியமான துணிச்சலாலும், முரட்டுத்தனமான வேகத்தாலும் அன்றைய சென்னை ஆளுநரின் கவனத்தை ஈர்த்தார். 1751ஆம் ஆண்டு நடைபெற்ற ஆற்காட்டுப் போரில் 500 பேர் கொண்ட படையை நடத்தி, ஆற்காட்டுக் கோட்டையைக் கைப்பற்றினார். 5000 பேரைக் கொண்ட நவாபின் படையை முறியடித்தார். அப்பொழுது அவருக்கு வயது வெறும் 26.

1757ஆம் ஆண்டின் ஜூன் மாதத்தில், புழுக்கமும், வெப்பமுமாக இருந்த வங்காளத்தின் ஊரகப் பகுதிகளின் வழியாகப் படை நடத்திச் சென்றுகொண்டிருந்தபோது அவருக்கு வயது 32. வெறும் 3,000 சிப்பாய்களோடும், எட்டு பீரங்கி களோடும் சிராஜ் உத்தௌலாவின் 50,000 போர் வீரர்களையும், 53 பீரங்கிகளையும் எதிர்த்துப் போரிடத் துணிந்ததற்கு, அவரிடமிருந்த அசாத்தியமான துணிச்சல் மட்டும் காரணமல்ல, நவாபின் தளபதிகளில் ஒருவரான மீர் ஜாபரோடு அவர் ரகசிய ஒப்பந்தமும் செய்துகொண்டிருந்தார். போர்க்களத்தில் நவாபைக் கைவிட்டுவிட்டு, படையின் ஒரு பகுதியோடு, மீர் ஜாபர், கிளைவோடு இணைந்துகொள்வார் என்பது திட்டம்.

1757ஆம் ஆண்டு, ஜூன் மாதம் 21ஆம் தேதி, பிளாசிக்கு அருகில் ஹூக்ளி ஆற்றின்கரையில், ஒரு மாந்தோப்பில் கிளைவின் படை, கூடாரங்கள் அமைத்துத் தங்கியது. மீர் ஜாபரிடமிருந்து நம்பிக்கையான தகவல் எதுவும் வரவில்லை. அடுத்த நாளை எப்படி எதிர்கொள்வது என்று நினைத்துக் கொண்டே இரவு முழுவதும் தூங்காமலிருந்தார் கிளைவ்.

22ஆம் தேதி காலைப் பொழுது பிரகாசமாக விடிந்தது. மேகங்கள் இல்லாத வானம். பளீரென்ற சூரிய வெளிச்சம். கண்காணிப்புக் கோபுரத்தின் மேலேறி தொலைநோக்கி மூலம் சுற்றுமுற்றும் பார்த்தார், கிளைவ். கடல் போன்ற நவாபின் படைகளில், யானைப்படையும் சேர்ந்திருந்தது. காலை எட்டு

மணிக்கு நவாபின் பீரங்கிகளும், துப்பாக்கிகளும் முழங்கத் தொடங்கின. மீர் ஜாபர், தான் அளித்த வாக்குறுதியைக் காப்பாற்றவில்லை என்பதை கிளைவ் உணர்ந்தார். ஒரு பீரங்கிக் குண்டு கிளைவின் கூடாரத்தின் அருகில் விழுந்து வெடித்தது. மாந்தோப்பைச் சுற்றியிருந்த மண்மேடு மட்டுமே, அவருக்கும், அவரது படைக்கும் பேரழிவு நிகழாமல் தடுத்தது. இரண்டு மணி நேரத்தில், ஆங்கிலேயப் படையில் 32 பேர் உயிரிழந்தார்கள். நவாபின் படைக்கு எந்தச் சேதமும் இல்லை. நவாபின் தளபதியான மீர் மாதன் 5000 குதிரைப்படையினரோடு மாந்தோப்பை நோக்கிப் புயலென விரைந்தார்.

அதேவேளையில் திடீரென்று வானம் இருண்டது. 'சோ'வென்று மழைகொட்டத் தொடங்கியது. ஆங்கிலேயப் படையினர் உடனடியாகத் தார்ப்பாய்களை விரித்து, தங்கள் பீரங்கிகளையும், துப்பாக்கிகளையும், வெடிமருந்துகளையும் மூடினார்கள். மழை ஒரு மணி நேரம் கொட்டித் தீர்த்தது. மழை நின்ற பத்தாவது நிமிடம், நனைந்த தன் சீருடையை மாற்றிக்கொண்டு, சிவப்பு நிற இங்கிலாந்து அரச சீருடையுடன் கண்காணிப்புக் கோபுரத்தின் மேல் தோன்றினார், கிளைவ். எதிரிப்படையை நோட்டமிட்ட அவர் முகத்தில் மெல்லிய புன்னகை அரும்பியது. நவாபின் பீரங்கிகள் மழையில் நனைந்திருந்தன!

சிறிதுநேரத்தில் ஆங்கிலேயப் படையின் பீரங்கிகள் முழங்கத் தொடங்கின. அடுத்த சில மணி நேரங்கள் இந்திய வரலாற்றின் போக்கையே மாற்றியமைத்தன. வெடிமருந்துகள் நனைந்துவிட்டதால் நவாபின் பீரங்கிகளையும், துப்பாக்கி களையும் இயக்க முடியவில்லை. நவாபின் படையில் பீதியும் குழப்பமும் பரவத் தொடங்கின. ஒரு பீரங்கிக் குண்டு முதன்மைப் படைத்தளபதியான மீர் மாதனைக் கொன்றது. நவாபின் மாபெரும் படை சிதறி ஓடத் தொடங்கியது. நவாபின் படையினர் விட்டுச்சென்ற பீரங்கிகள் ஆங்கிலேயப் படை யினரால் கைப்பற்றப்பட்டு, நவாபின் படைகளை நோக்கியே திருப்பப்பட்டன. சிராஜ் உத்தௌலா ஓடி ஒளிந்து கொண்டார். வெற்றிக் களிப்போடு கல்கத்தா திரும்பினார் கிளைவ்.

கல்கத்தாவின் நவாபாக மீர் ஜாபரை நியமித்தார் ராபர்ட் கிளைவ். இழப்பீடாக இன்றைய பண மதிப்பில் 400 கோடி ரூபாயைக் கிழக்கிந்தியக் கம்பெனிக்குத் தருவதற்கு மீர் ஜாபர் ஒப்புக்கொண்டார். ராபர்ட் கிளைவுக்கு 220 கோடி ரூபாய் அன்பளிப்பாகத் தரப்பட்டது.

1760ஆம் ஆண்டு லண்டனுக்குத் திரும்பியபோது, ஐரோப்பாவின் மிகப்பெரிய பணக்காரராக மாறியிருந்தார், கிளைவ். பணம் மட்டுமல்ல, பெட்டி பெட்டியாகத் தங்க நகைகளையும், வைரங்களையும் கொண்டுசென்றார். அவருடைய மனைவி மார்கரெட்டின் நகைப்பெட்டியில் இருந்த நகைகள் மட்டும் 2 கோடி ரூபாய் பெறும். சாதாரணக் குமாஸ்தாவாக தன் 19ஆம் வயதில் சென்னைக்கு வந்த கிளைவ், தன் நாடு மெச்சும் மாவீரனாகத் தாய்நாடு திரும்பினார். அவரது கனவுகளெல்லாம் நனவாகி இருந்தன. பணத்தை அள்ளி வீசி, இங்கிலாந்து நாட்டின் நாடாளுமன்ற உறுப்பினர் பதவியைப் பெற்றார். மீண்டும் ஒருமுறை இந்தியாவுக்கு வந்து, 1767ஆம் ஆண்டு இங்கிலாந்து திரும்பினார்.

1773ஆம் ஆண்டு, கிழக்கிந்தியக் கம்பெனியின் பங்குதாரர்களுக்கும், நாட்டுக்கும் சேர வேண்டிய பணத்தை கிளைவ் அபகரித்துக் கொண்டார் என்று பிரிட்டிஷ் நாடாளுமன்றத்தில் குற்றம் சாட்டப்பட்டது. இதனை நாடாளுமன்றத்தின் நிலைக்குழு விசாரித்தது. நிலைக்குழுவின் முன்பு சாட்சியளித்த கிளைவ், இரண்டு மணி நேரம் உணர்ச்சிபூர்வமாகப் பேசினார். 'நாட்டுக்கு உழைத்த வீரனான என்னை ஆடு திருடியவனைப்போல நடத்த வேண்டாம்' என்று வாதாடினார். அவர் சாட்சி அளித்துச் சென்ற பின்னர், அவர் மீது வைக்கப்பட்ட குற்றச்சாட்டுகளை நிலைக்குழு விவாதித்தது. நள்ளிரவு வரை நடந்த அந்த விவாதத்தின் முடிவில், அவர் மீதுவைக்கப்பட்ட குற்றச்சாட்டுகள் 'ஆதாரமற்றவை' என்று தள்ளுபடி செய்யப்பட்டன.

ஆங்கிலேயரின் ஆளுமையை பங்களாதேஷ், பாகிஸ்தான், பூடான், மாலத்தீவுகள், பர்மா, இலங்கை ஆகிய இந்திய எல்லையைத் தாண்டிய பகுதிகளுக்கும் பரவச் செய்தவர் கிளைவ். அவருக்கிணையான அஞ்சாநெஞ்சர்கள் வரலாற்றில் ஒரு சிலரே. அதேசமயம் ரத்த வெறியும், பண வெறியும் கொண்ட முரட்டுத் தனமான மனிதன் ராபர்ட் கிளைவ். இந்தியர்களை எப்போதும் 'கருப்பர்கள்' என்றே அவர் அழைப்பார். இந்தியர்களை 'கீழானவர்கள்' என்று நினைத்து அப்படியே நடத்தினார். எப்போதுமே அவர் மனஅமைதியோடு இருந்ததில்லை.

1774ஆம் ஆண்டு, நவம்பர் மாதம் 22ஆம் நாள் முன்னிரவில், லண்டன், பெர்க்லி சதுக்கத்திலிருந்த தன்னுடைய வீட்டில் ராபர்ட் கிளைவ், மனைவியோடும், உதவியாளரோடும் சீட்டு விளையாடிக்கொண்டிருந்தார். கழிவறைக்குச் செல்வதாகச்

சொல்லிச் சென்றவர் நீண்டநேரமாகத் திரும்பி வரவில்லை. பணிப்பெண் சென்று பார்த்தபோது ரத்தவெள்ளத்தில் கழிவறையில் விழுந்து கிடந்தார். சிறிய பேனா கத்தியால், தன் கழுத்தைத் தானேஅறுத்து, தற்கொலை செய்துகொண்டு இறந்து கிடந்தார், கிளைவ். அவருக்கு அப்போது வயது 49.

இரவோடு இரவாக, அவர் பிறந்த ஊரான சார்ப்ஷயருக்கு அவரது உடல் எடுத்துச் செல்லப்பட்டது.அவருக்கு ஞானஸ்நானம் செய்யப்பட்ட, மோரிடன் சே என்ற தேவாலயத்தில், நெருங்கிய ஒரு சிலரின் முன்னிலையில் அவர் உடல் அடக்கம் செய்யப் பட்டது. அவரை அடக்கம் செய்த இடத்தில், அவரது பெயர் பொறிக்கப்பட்ட நினைவுக்கல் கூட வைக்கப்படவில்லை.

'தக்கார் தகவிலர் என்பது அவரவர்
எச்சத்தாற் காணப் படும்'

என்பது வள்ளுவனின் வாக்கு.

மண்ணுக்கும்பொன்னுக்கும் பேராசைப்பட்ட, ரத்தவெறி பிடித்த மனிதனாக இருந்த கிளைவின் முடிவு துயரப் பாடமாக அமைந்தது.

கிளைவ், ஓர் ஆமையைச் செல்லப்பிராணியாக வளர்த்தார். 'அத்வைதா' என்று பெயரிடப்பட்ட அந்த ஆமை 1750ஆம் ஆண்டு பிறந்தது. கிளைவ் இறந்த பின்னரும், அவர் வாழ்ந்த பாரக்பூர் தோட்டத்தில் இருந்தது. 1875ஆம் ஆண்டுவாக்கில் அலிப்பூர் மிருகக்காட்சிக்கு மாற்றப்பட்டது. 2006ஆம்ஆண்டு மார்ச் 26 ஆம் நாள் அது இறந்தது. அதனுடைய எஜமானனைப்போல அல்லாமல், நூற்றுக்கணக்கானோர் கண்ணீர் அஞ்சலி செலுத்த அடக்கம் செய்யப்பட்டது. இந்திய செய்தித்தாள்களும், தொலைக் காட்சிகளும் மட்டுமல்லாமல், புகழ்பெற்ற பிபிசி வானொலியும், தொலைக்காட்சியும்கூட இந்தச் செய்தியை வெளியிட்டன.

மன்னர்களையும், மாவீரர்களையும், பேரரசிகளையும், கவிஞர்களையும், ஏழைகளையும் நூற்றுக்கணக்கான ஆண்டுகளாகப் பார்த்துக்கொண்டிருக்கும் தாமோதர் ஆறு, கண்ணைக் கூசவைக்கும் சூரிய ஒளியைப் பிரதிபலித்தபடி எங்களுக்கு இடப்புறம் ஓடிக்கொண்டிருந்தது. அது எங்களுக்கு ஏதோ சொல்ல முயல்வதுபோலத் தோன்றியது. மனிதர்களின் வாழ்வுக்கும் வீழ்ச்சிக்கும், வரலாற்றுச் சாட்சியல்லவா அது!

வளைந்து நெளிந்த, மேடு பள்ளம் நிறைந்த சாலைகளின் வழியாக எங்களின் பயணம் தொடர்ந்தது.

SUN MON TUE WED THU 06 FRI SAT

காட்டன் தொர காரு

கரக்பூருக்குத் தெற்கே ஒடிசா மாநிலத்தில் நுழைகிறோம். அங்கிருந்து நான்குவழிச்சாலை, நெடுஞ்சாலையை ஒட்டி இருக்கிற ஊர்களில் வளர்ச்சியைக் காணமுடிந்தது.

கொரோனா தொற்று பற்றிய அச்சத்தின் காரணமாக, ஊர் திரும்பும்போது எந்தப் பெரிய நகரத்துக்குள்ளும் செல்லவில்லை. மக்கள் நெருக்கமுள்ள இடங்களைத் தவிர்த்தோம். சில்கா ஏரியை மட்டும் பார்த்தோம். 1,165 சதுரக் கிலோமீட்டர் பரப்புள்ள ஆழம் குறைந்த ஏரி. பல இடங்களில் சில அடிகள் ஆழம் மட்டுமே. கடலிலிருந்து மணல் திட்டுகளால் பிரிக்கப்பட்ட, உவர் நீர்த்தன்மை கொண்ட ஏரி போன்ற கடற்காயல். ஒரு மணி நேரம் படகுசவாரி செய்துவிட்டு மீண்டும் பயணத்தைத் தொடங்கினோம்.

அடுத்தது, ஆந்திராவில் நுழைந்தோம். ஆந்திரா வந்துவிட்டாலே நம் ஊருக்கு வந்துவிட்ட உணர்வு ஏற்படுகிறது. தேசிய நெடுஞ்சாலை, விசாகப்பட்டினம் நகரின் நடுவே செல்கிறது. விசாகப்பட்டினம் துறைமுக நகரம்; தொழிற்சாலை நகரம். நகரைக் கடந்தபின், பச்சைப் பசேலென்ற நெல்வயல்கள். கூட்டம்கூட்டமாகப் பறக்கும் வெள்ளைக் கொக்குகள். தென்னை, வாழை மரங்கள். இது கிழக்குக் கோதாவரி மாவட்டம். ராஜமுந்திரி நகரைக் கடந்தபோது சில கிலோமீட்டர்கள் தொலைவுக்கு இருபுறமும் நர்சரிகள். சிறிய செடிகள் முதல், ஏழு, எட்டு அடி உயரமுள்ள மா, கொய்யா, தென்னை போன்ற மரக்கன்றுகளையும் விற்கிறார்கள். ரோஜா, போகன்வில்லா போன்ற பூஞ்செடிகளும் மற்ற அழகுச் செடிகளும் விற்பனைக்கு இருக்கின்றன.

பெருமளவில் பருத்தி வேளாண்மை நடைபெறுகிறது. நாங்கள் பயணித்த பகுதிகளிலேயே அதிகப் பொருளாதார வளர்ச்சி அடைந்த பகுதி இதுவே. கிருஷ்ணா, கோதாவரி என்ற இரண்டு மிகப்பெரிய ஆறுகளின் வடிகால் பகுதி இது.

இருநூறு ஆண்டுகளுக்கு முன்பு இந்தப் பகுதி பொருளாதார வளர்ச்சி குன்றி இருந்தது. 1820ஆம் ஆண்டிலிருந்து 1853ஆம் ஆண்டு வரையிலான காலகட்டத்தில், ஏழு ஆண்டுகள் மட்டுமே விவசாயிகளால் தங்கள் தேவைக்கேற்ற வேளாண் பொருள்களை உற்பத்தி செய்ய முடிந்தது. மற்ற ஆண்டுகளில் பெருவெள்ளம், அல்லது வறட்சி. மக்கள் தொகை 7,38,308 இலிருந்து 5,60,041ஆகக் குறைந்துபோனது. ஆங்கிலேய அரசுக்கு இந்தப் பகுதியில் இருந்து கிடைக்க வேண்டிய வருவாய் குறைந்துவிட்டது.

வருவாய் குறைந்ததற்கான காரணங்களை ஆய்வு செய்வதற்காக சர்ஆர்தர் காட்டனை, அப்போதைய சென்னை மாகாண ஆளுநர் இப்பகுதிக்கு அனுப்பினார். ஆர்தர் காட்டன் ஒரு பொறியியல் வல்லுநர். மிகப் பெரிய ஆறுகள் ஓடும் பகுதியில் வேளாண்மைத் தொழில் நசிந்திருப்பதைப் பார்த்தார். தவளேசுவரம் என்ற இடத்தில் கோதாவரி ஆற்றின் குறுக்கே ஓர் அணையைக் கட்டினார். அந்த இடத்தில் ஆற்றின் குறுக்களவு ஆறு கிலோமீட்டர். அதேபோலக் குண்டூருக்கு மேற்கே கிருஷ்ணாஆற்றின் குறுக்கேயும் அணை கட்டினார்.

அன்று முதல் இந்தப் பகுதியில் வேளாண்மை தழைத் தோங்கியது. ஒருங்கிணைந்த ஆந்திர மாநிலத்தின் மொத்த நெல் மற்றும் மிளகாய் விளைச்சலில் 50 விழுக்காடும், பருத்தி விளைச்சலில் 33 விழுக்காடும் இப்பகுதியில் நடைபெறுகிறது.

கடலோர ஆந்திரப் பகுதிகளில், நிலவுடைமையாளர்களாக கம்மா நாயுடு சமூகத்தைச் சேர்ந்தவர்கள் இருக்கிறார்கள். வேளாண் தொழிலில் ஈட்டிய பணத்தைப் பல்வேறு தொழில்களில் முதலீடு செய்து பெரும் வணிகர்களாகவும், தொழிலதிபர்களாகவும் வளர்ச்சி பெற்றிருக்கிறார்கள். இவர்களுடன் திருமண உறவுகொண்டிருக்கும் கோயம்புத்தூர் மாவட்டத்தைச் சேர்ந்த கம்மா நாயுடுகள் இவர்களைப் போலவே பருத்தி ஆலைகள் வைத்து வளர்ச்சியடைந்தார்கள். இதனுடைய தாக்கம் ராஜபாளையத்தில் வாழும் கம்மா நாயுடுகளுக்கும் இருப்பதைக் காணலாம்.

தங்கள் வாழ்க்கையை மாற்றிய ஆர்தர் காட்டனை, கம்மா சமுதாயத்தினர் கடவுளெனவே போற்றுகிறார்கள். பட்டிதொட்டிகளில் எல்லாம் 'காட்டன் தொர காரு' அறியப் பட்டிருக்கிறார். இங்கே உள்ள ஓர் ஊரின் பெயர் 'காட்டன் ரெட்டிப்பாளையம்'. தவளேசுவரத்தில் ஆர்தர் காட்டனுக்குச் சிலை வைக்கப்பட்டிருக்கிறது. என்.டி.ராமராவ் (கம்மா நாயுடு சமூகத்தைச் சேர்ந்தவர்) முதலமைச்சரானவுடன், ஐதராபாத்தின் உசேன் சாகர் ஏரிக்கரையில் ஆர்தர் காட்டனுக்குச் சிலையெழுப்பினார். ஆந்திராவின் மிகப்பெரிய ஆளுமைகளின் சிலைகள் வரிசையாக அமைக்கப்பட்டிருக்கும் இடம் அது.

கூடூரில் இரவு தங்கினோம். காலையில் புறப்பட்டு திருப்பதி, சித்தூர், வேலூர் வழியாக தமிழகத்தில் நுழைந்தோம். ஐயத்துக்கிடமின்றி தமிழகம் மற்ற மாநிலங்களை விட அதிக வளர்ச்சி அடைந்திருக்கிறது. குறிப்பாக, கிராமப்புறங்கள் வளர்ச்சி அடைந்திருக்கின்றன. இருப்பினும், மேலை நாடுகளை ஒப்பிடும்போது நாம் செல்லவேண்டிய தொலைவு அதிகம்.

மாலை நான்கரை மணிக்கு வீடு வந்து சேர்ந்தோம். 13 நாட்கள் பயணம் எந்தச் சிரமமுமின்றி இனிமையாக முடிந்தது. 6,051 கிலோமீட்டர் பயணித்திருந்தோம். மூன்று இரவுகள் பூட்டானில் தங்கினோம்.

எரிபொருளுக்காக 31,865 ரூபாய்செலவானது. சுங்கக் கட்டணம் 5,567 ரூபாய். தங்குவதற்காக 46,380 ரூபாய். வாங்கி வந்த நினைவுப் பொருட்கள் 17,000 ரூபாய். உணவு மற்றும் பிற செலவுகள் சுமார் 30,000 ரூபாய். நான்கு பேருக்கும் 13 நாட்கள் பயணத்திற்கான மொத்தச் செலவு சுமார் 1,40,000 ரூபாய். ஒரு நாளைக்கு ஒருவருக்கு 2500 ரூபாய்தான் செலவாகி யிருக்கிறது! இந்த செலவுக்கு, நாங்கள் பெற்ற அனுபவங்கள் விலைமதிக்க முடியாதவை.

உணவு முறையும், அன்றாட உடற் பயிற்சியும் எங்களைச் சோர்வில்லாமல் வைத்தது.

"இந்தியாவில் கார் பயணம் எளிதானதா?" என்ற கேள்விக்கான பதில் சிக்கலானது. கேசவன் மிகச்சிறந்த ஓட்டுநர். மது, புகையிலை போன்ற தீய பழக்கங்கள் கிடையாது. காபி, டீ கூட அதிகம் குடிக்க மாட்டார். நாள்தோறும் காலையில் உடற்பயிற்சி செய்வார். விளையாடுவார். மிகக் கவனமாக வண்டி ஓட்டினார்.

ஆனால், இந்தியச் சாலைகள் பாதுகாப்பானதாக இல்லை. ஒருமுறை சாலையின் நடுவில் வளர்க்கப்படும் செடிகளில் இருந்து ஓர் எருமைமாடு சடாரென்று குறுக்கே வந்துவிட்டது. கேசவன் சமாளித்து ஓட்டிவிபத்தைத் தவிர்த்தார். ஒரு மாலைவேளையில் இரண்டு கைகளிலும் இரண்டு குப்பிகளைப் பிடித்துக்கொண்டு ஒரு 12 வயதுச் சிறுமி சாலையின் குறுக்கே ஓடினார்!

கூகுள் மேப் இல்லையென்றால் வழியில் இருப்பவர்களைக் கேட்டுத்தான் வழியறிந்து சென்றுகொண்டிருக்க முடியும். பெரும்பாலான இடங்களில் வழிகாட்டிப் பலகைகள் இல்லை.

இந்தியச் சாலைகள் இரவு நேரத்தில் பயணிப்பதற்கு அபாய கரமானவை. சாலை ஓரங்களைத் தெளிவாகக் காட்டக்கூடிய பிரதிபலிப்பான்கள் (Reflectors) கிடையாது. குத்துமதிப்பாகத்தான் ஓட்டவேண்டும். எதிரில் வரும் வாகனங்களின் வெளிச்சம் கண்ணைக் கூசச்செய்யும். சில நொடிகளுக்குச் சாலை தெரியாது. ஒருமுறை எதிரில் வந்த வாகன வெளிச்சம் கடந்த பிறகு சாலையைப் பார்த்தபோது, சாலையின் குறுக்காகச் சென்ற ஒரு மிதிவண்டியைப் பார்த்து, மயிரிழையில் அதனைத் தவிர்த்தேன்.போகும்போது இரவுப் பயணத்தை முழுவதும் தவிர்த்தோம். திரும்பி வரும்போது ஒருநாள் இரவு 12 மணி வரையும், இரண்டு நாட்கள் இரவு 10 மணிவரைக்கும் பயணிக்க வேண்டியதாயிற்று.

இருபது, முப்பது ஆண்டுகளுக்கு முன்பு சாலையின் ஓரங்களில் பெரிய மரங்கள் இருக்கும். கண்ணுக்கு இதமாக இருக்கும். வெயிலின் தாக்கமும் கடுமையாக இருக்காது. புதிதாகப் போடப்பட்டிருக்கும் நான்கு வழிச்சாலைகளின் ஓரங்களில் மரங்கள் கிடையாது. இந்தச் சாலைகள் பொட்டல் வெளிகளாகக் காட்சியளிக்கின்றன. சாலை அமைக்கத் தொடங்கும்போதே மரங்களை நட்டுவிடவேண்டும். அதுவும் ராஜமுந்திரியில் கிடைப்பது போன்ற ஆறு அடி, ஏழு அடி உயரமுள்ள மரங்களை நடவேண்டும். சாலை அமைத்து முடிப்பதற்கு முன்பே சுங்கச்சாவடிகளை அமைத்துச் சுங்கம் மட்டும் பெறத் தொடங்கிவிடுகிறார்கள்! நான்கு வழிச்சாலைகளின் நடுவில் உள்ள இடைவெளிகளில் கண்டிப்பாகச் செடிகளை வளர்க்க வேண்டும். எதிரே வரும் வாகனங்களின் விளக்கொளி நம் கண்களைக் கூசாமல் தடுக்க இவை பயன்படும்.

SUN MON TUE WED THU FRI SAT

வெள்ளிப் பனிமலை மீது உலாவி...

மாலை ஏழுமணி இருட்டுபோல இருந்தது. கதிரவன் ஒளி பட்டால், கண்ணைக் கூசச் செய்யும் வெள்ளை நிறப் பனிப்பாறைகள், சாம்பல் நிறமாகத் தெரிந்தன.

கடுமையான குளிராக இருந்தது. வெப்பநிலை ஜீரோ டிகிரி செல்சியஸுக்கும் கீழே இருக்கலாம். நாங்கள் அணிந்திருந்த ஐந்து அடுக்கு ஆடைகளைத் தாண்டியும் கொஞ்சம் குளிர் தெரிந்தது. மூக்கு நுனி வலித்தது.

காமிராவின் பொத்தானை அழுத்துவதற்காக கை உறைகளிலிருந்து கைகளை எடுத்தால், அவை மரத்துப் போய்விட்டன. நேரமென்னவோ பகல் 12 மணிதான். எல்லாப் பக்கங்களிலும் பனி மூடிய மலை முகடுகள் சூழ்ந்திருந்தன.

எங்களோடு வந்த இளம் பெண்களும், ஆண்களும் குதித்துக்கொண்டிருந்தார்கள். அவர்களுக்குப் பெரும் சாதனை செய்துவிட்ட மகிழ்ச்சி. அவர்கள் செய்யப் போகும் பல சாதனைகளின் தொடக்கம் அது.

எனக்கும், சம்பத்துக்கும் எங்களின் கனவுகளில் ஒன்று நனவான மன நிறைவு. 60 வயதுக்கு அருகிலிருக்கும் எங்களால் இப்படிப்பட்ட பயணங்களை மீண்டுமொரு முறை செய்யமுடியுமா என்பது கேள்விதான்.

குழந்தைகளைப்போல அந்த இளைஞர்கள் தங்கள் மகிழ்ச்சியை வெளிப்படுத்திக்கொண்டிருந்தார்கள்.

இந்தத் தலைமுறை இளம்பெண்களும், ஆண்களும் பால் வேற்றுமையின்றி, நண்பர்களாக நெருங்கிப் பழகுவது பொறாமையை ஏற்படுத்துகிறது. எங்கள் தலைமுறையில் நட்பு என்பது முழுவதும் தன்பால் நண்பர்களோடு மட்டுமேதான்.

நிறைய புகைப்படங்கள் எடுத்துக்கொண்டோம். இமய மலையில் நான்காம் நாள் மலை ஏற்றத்தின் முடிவில் எங்கள் இலக்கான ஹாம்ப்டா கணவாயைஅடைந்திருந்தோம். பள்ளிப் பருவத்தில் தொடங்கிய இயற்கை மீதான என் காதல் என்னை இங்கே அழைத்து வந்திருந்தது. ஒசூரில் பள்ளிப் படிப்பு படித்த காலங்களில், பல நாட்கள் வீட்டில் இருந்து நீண்ட தொலைவுக்கு நடந்து சென்று, மரத்தடிகளில் தனிமையாகப் படிக்கும் பழக்கம் எனக்கு உண்டு. காலை ஐந்தரை மணிக்கு எழுந்து, ஒசூர் மலை மீது விறுவிறுவென்று ஏறி, படித்து விட்டு, 8 மணிக்குக் கீழே வந்து, குளித்துவிட்டுப் பள்ளிக்கூடத்துக்குச் சென்ற காலமும் இருந்தது.

இங்கிலாந்து நாட்டில் படித்த காலங்களிலும் நீண்ட தூரம் விரும்பி நடப்பேன். கோடைக்காலங்களில், மிதமான குளிரில் அந்நாட்டின் ஊர்ப்புறங்களில் நடப்பது ஒரு அற்புத அனுபவம். ஸ்காட்லாந்து பகுதியில் பணியாற்றியபோது அங்கே இருந்த மலைகளில் ஏறி இருக்கிறேன்.

கடந்த 20 ஆண்டுகளில் தருமபுரி மாவட்டத்தில் இருக்கும், ஏறக்குறைய எல்லா மலைகளிலும் ஏறி இருக்கிறேன். ஒரு முறை புத்தாண்டு அன்று மலை மேல் ஏறி நள்ளிரவை மலையிலேயே கழித்தோம். என் மலையேற்றங்களுக்கு, உற்ற தோழராக ஒன்று விட்ட சகோதரர் சம்பத்குமார் கிடைத்தார். இருவருக்கும் ஒன்றுபோலவே மலை ஏறுவதில் ஆர்வம். எத்தனை மலைகள் ஏறினாலும், உலகத்திலேயே உயரமான மலைத் தொடரான இமயமலையில் ஏறினால்தான் எங்கள் தேடல் நிறைவு பெறும் என்ற எண்ணம் கடந்த சில ஆண்டுகளாகவே இருந்தது.

எனக்கு 57. சம்பத்குமாருக்கு 62 வயது. தொடர்ந்து மலை ஏறுவதன் காரணமாக எங்களுக்கு இமயமலை ஏறுவதற்கான உடல் வலிமை இருக்கிறது என்பதில் நம்பிக்கை இருந்தது. ஆனால், இமயமலை ஏறுவதில் வேறு ஒரு பிரச்னை இருக்கிறது. கடல் மட்டத்திலிருந்து பத்தாயிரம் அடி உயரத்துக்கு மேல், காற்றில் ஆக்சிஜன் அளவு குறைந்துவிடுகிறது. சரியான தயாரிப்பு இல்லாமல் மலையேற்றம் செய்தால் Acute Mountain Sickness (AMS) என்று சொல்லப்படும் கடுமையான மலை நோய் ஏற்படலாம். இதனால் தலைவலி, வாந்தி, சோர்வு, தூங்குவதில் சிக்கல் என்பவற்றில் தொடங்கி மூச்சுத் திணறல், பெருமூளை வீக்கம், நுரையீரலில் நீர் கோப்பது என உயிருக்கு ஆபத்து ஏற்படுவது வரை நிகழலாம்.

இருந்தாலும் நானும், சம்பத்குமாரும் இமயமலை ஏறியே தீருவது என்று துணிவாக முடிவுசெய்து தயாரானோம். இமயமலை ஏற்றம் போன்ற மலையேற்ற சாகச விளையாட்டு களைச் சில நிறுவனங்கள் ஏற்பாடு செய்கின்றன. என் நண்பர் சிறுநீரகவியல் மருத்துவர் கோபாலகிருஷ்ணன் அவர்கள் India Hikes என்ற நிறுவனத்தைப் பரிந்துரை செய்தார். ஏற்கெனவே அவரும், திருச்சியைச் சேர்ந்த சிலரும் India Hikes மூலம் இமயமலை சென்று வந்திருந்தார்கள். நாங்களும் அதையே தேர்வு செய்தோம்.

இமயமலையில் பல மலையேற்றப்பாதைகள் இருக்கின்றன. இவற்றை எளிதானவை, நடுத்தரமானவை, கடினமானவை என்று பிரித்திருக்கிறார்கள். நாங்கள் 'நடுத்தரமானவை' பிரிவில் வரும் ஹாம்ப்டா கணவாய் (Hampta Pass) மலையேற்றத்தைத் தேர்ந்தெடுத்தோம். இது, ஆறு நாட்கள் நடக்கவேண்டிய மலையேற்றம்.

பொதுவாக நாங்கள் மாதம் ஒருமுறை மலை ஏறுவோம். ஆனால், இந்த மலை ஏற்றத்தில் ஆறு நாட்கள் தொடர்ந்து நடக்கவேண்டும். அதற்கு இன்னமும் கொஞ்சம் உடல் வலிமை வேண்டும். அதற்காக ஒரு மாதம் பயிற்சி எடுத்தோம். அவர்கள் பரிந்துரைப்பது 5 கிலோமீட்டர் தூரத்தை, 40 நிமிடங்களில் வேகமாக நடந்தோ அல்லது மெதுவாக ஓடியோ கடக்கவேண்டும் அல்லது 22 கிலோமீட்டர் தூரத்தை மிதி வண்டியில் 60 நிமிடங்களில் அடையவேண்டும்.

மலையேற்றத்திற்காகப் பணம் கட்டி, பதிவு செய்து முடித்த கையோடு, நாள்தோறும் காலை 5 மணிக்கு எழுந்து, ஒருநாள் நடைப்பயிற்சி, ஒரு நாள் மிதிவண்டிப் பயிற்சி என்று செய்யத் தொடங்கினோம். வாரம் ஒருமுறை நாங்கள் வழக்கமாக ஏறும் தொப்பூர் மலையும் ஏறினோம். தொப்பூர் மலை சுமார் ஆயிரம் அடி உயரம் இருக்கலாம். இமயமலையில் முதுகில் 6 கிலோ பாரம் சுமந்துகொண்டு நடக்கவேண்டும். எனவே, இங்கேயும் அதேபோல எடையை எடுத்துக்கொண்டு மலை ஏறிப் பயிற்சி எடுத்துக்கொண்டோம்.

இவை எங்களுக்கு உடல் வலிமை தரும் பயிற்சிகளாக அமைந்தன. இதனோடு சேர்த்து நாள்தோறும் காலையில் மூச்சுப்பயிற்சி செய்தோம். பிராணயாமம் செய்தது மிகப் பெரிய அளவில் பயன் அளித்தது.

எனக்கும் என் சகோதரர் சம்பத்குமாருக்கும் சர்க்கரை நோய், ரத்தக் கொதிப்பு, இதய நோய் அல்லது வேறுவிதமான எந்த உடல்நலக் குறையும் கிடையாது. இருந்தாலும் எங்கள் நரைத்த முடியைப் பார்த்து அவர்கள் அனுமதிக்க மறுத்து விட்டால் என்ன செய்வது என்று இருதயப் பரிசோதனை செய்து அந்தச் சான்றிதழையும் வாங்கிக் கொண்டோம்.

சென்னையில் இருந்து டெல்லிக்குச் சென்று, அங்கிருந்து குலு நகருக்கு விமானத்தில் சென்றோம். குலு நகரத்தில் இருந்து மணாலி 50 கிலோ மீட்டர் தொலைவில் இருக்கிறது. குலு, புந்தார் விமானநிலையத்திலிருந்து மணாலி நகருக்குப் பேருந்தில் சென்று கலிங்கா ஹோட்டலில் தங்கினோம்.

மணாலி கடல் மட்டத்திலிருந்து 6,725 அடி உயரத்தில் இருக்கிறது. எனவே, இங்கேயே ஆக்சிஜன் அளவு சிறிது குறைவுதான். எனவே, முதல் நாள் முழுமையான ஓய்வு எடுத்துக் கொண்டோம். டெல்லியிலேயே மலை நோய் (AMS) வராமல் தடுப்பதற்குரிய மாத்திரைகளை உட்கொள்ளத் தொடங்கினோம். பத்தாயிரம் அடி உயரத்துக்கு மேல் ஏறுபவர்கள் கண்டிப்பாக இந்தத் தடுப்பு மருந்தை உட்கொள்ள வேண்டும். இந்த மருந்தை டெல்லியிலே தொடங்கி மீண்டும் மணாலி வந்து சேரும் வரை காலை, மாலை இருவேளையும் உட்கொண்டோம்.

அடுத்தநாள், ஆகஸ்ட் 30ஆம் தேதி நண்பகல் எங்கள் குழுவைச் சேர்ந்தவர்கள் ஒவ்வொருவராக வரத் தொடங்கினார்கள். மொத்தம் பதினெட்டு பேர். அதில் மும்பையைச் சேர்ந்த கண் மருத்துவத் தம்பதிகளும் இருந்தனர். எங்களோடு சேர்த்து தமிழகத்தைச் சேர்ந்தவர்கள் ஏழு பேர். மற்ற 5 பேரும் பெங்களூரில் பணிபுரியும் மென்பொறியாளர்கள். ஆம்பூரைச் சேர்ந்த நிவேதாவுக்கு 22 வயது இருக்கலாம். ஒரு சிறுமியைப்போல இருந்தார்.

மொத்தம் ஆறு பெண்கள். கல்கத்தாவில் இருந்து வந்த பத்மாவதிக்கு வேலைக்குப் போகும் வயதில் ஒரு பெண்ணும், பொறியியல் மூன்றாமாண்டு படிக்கும் ஒரு பெண்ணும் இருந்தார்கள். பத்மாவதி மென்பொறியாளராக இருந்து, இப்போது இல்லத்தரசியாக இருப்பவர். அவர்கள் எல்லாரும் சத்தமாகப் பேசிச் சிரித்துக்கொண்டிருந்தபோது நாங்கள் கொஞ்சம் அமைதியாக அமர்ந்திருந்தோம். எங்கள் குழுவுக்கு வழிகாட்டியாக கோவாவைச் சேர்ந்த மெகர் இருந்தார்.

மென்பொறியாளர் பணியை விட்டுவிட்டு, மலையேற்றத்தின் மீது தனக்கு இருந்த காதலின் காரணமாக இந்தப் பணியைச் செய்பவர். அவர் அருணாசலப் பிரதேசத்திலிருந்து சிம்லா வரை உள்ள தொலைவினை, இமயமலையில் ஆறு மாத காலம் நடந்து கடந்தவர். மெகர் ஆறு நாட்கள் மலையேற்றம் பற்றி விரிவாக விளக்கி, கடைப்பிடிக்க வேண்டிய விதிமுறைகளையும் விளக்கினார். பள்ளிக்கூடத்து உடற் பயிற்சி ஆசிரியரைப்போலக் கடுமையாக இருப்பேன் என்ற எச்சரிக்கையும் எங்களுக்குத் தந்தார். அவரோடு ரோஷன், ஷாம் என்ற இமாச்சலப் பிரதேசத்தைச் சேர்ந்த இரண்டு வழிகாட்டிகளும் உடன் வந்தார்கள்.

மலையேற்றத்துக்குத் தேவையான ஊன்றுகோல், பிரத்தியேகமான காலணி, முதுகில் சுமக்கும் பை, குளிருக்கான ஆடைகள் எல்லாவற்றையும் சொந்தமாக வாங்கவேண்டும் என்பதில்லை. இவற்றை அங்கே வாடகைக்கும் தருகிறார்கள். குடிநீர், தின்பண்டங்கள், குளிர் உடைகள், அவசர மருந்துகள் போன்றவற்றை முதுகில் சுமந்துகொண்டு செல்லவேண்டும். இதன் எடை சுமார் 6 கிலோ இருக்கும். மாற்று உடை போன்றவற்றை இன்னொரு பையில் எடுத்துச் சென்று, அவர்களிடம் கொடுத்தால் கோவேறு கழுதைகளின் மேல் ஏற்றி மேலே எடுத்து வருவார்கள் (Off loading).

மலையேற்றத்தில் தீவிர ஈடுபாடு உடையவர்கள், தாங்கள் கொண்டு செல்லும் எல்லாப் பொருட்களையும் அவர்களே சுமக்க விரும்புவார்கள். குழந்தைபோல இருந்த நிவேதாவும் இன்னும் நான்கு பேரும் தங்கள் பொருள்கள் முழுவதையும் அவர்களே சுமந்து வந்தார்கள்.

அறிமுக வகுப்பு முடிந்த பின்னர், பிற்பகல் இரண்டு மணிக்குப் புறப்பட்டு ஜீப் மூலமாக மணாலியிலிருந்து, 42 கொண்டை ஊசிவளைவுகள்கொண்ட செங்குத்தான பாதையின் மூலம் 'ராணி நல்லா' என்ற இடத்திற்குச் சென்றோம். அங்கே இருந்து 45 நிமிட நடையில் எங்களுடைய முதல் தங்குமிடமான ஜோப்ரா (Jobra) வருகிறது. ஜோப்ரா கடல் மட்டத்திலிருந்து 9,379 அடி உயரத்தில் இருக்கிறது. இந்தப் பயணத்தின் போது, நாங்கள் தங்கிய கூடாரங்கள் எல்லாமே ஆற்றை ஒட்டிய சமவெளிப் பகுதிகளிலேயே அமைக்கப்பட்டிருந்தன. ஜோப்ராவிலும், குலு பள்ளத்தாக்கின் தொடக்கத்தில் ஆற்றை ஒட்டிக் கூடாரங்கள் அமைக்கப்பட்டிருந்தன.

அங்கே டென்ட் வாழ்க்கை பற்றி மெகர் விளக்கினார். ஒரு கூடாரத்தில் 3 பேர் தங்க வேண்டி வந்தது. இரவு நேரங்களில் ஐந்து அடுக்கு ஆடை தேவைப்பட்டது. உள்ளாடை, கம்பளி தெர்மல் ஆடை, டீ சர்ட், பிலீஸ் எனப்படும் குளிர் ஆடை, அதன் மேல் பேடட் ஜாக்கெட் என்னும் மற்றொரு ஆடை. இத்தனையையும் அணிந்துகொண்டு ஸ்லீப்பிங் பேக் என்னும் படுப்பதற்கான பைக்குள் நுழைந்துகொள்ள வேண்டும். அதற்கு மேலும் குளிரும்!

மலையேற்றத்தின் போது இருக்கும் மற்றொரு பிரச்னை கழிவறை. தொடவே முடியாத அளவுக்கு தண்ணீர் கடும் குளிர்ச்சியாக இருக்கும். குளிர்ச்சியான பகுதிகளில் மனிதக் கழிவுகள் அவ்வளவு எளிதில் மக்காது. எனவே, உலர்ந்த கழிவறைகள் எனப்படும் கழிவறைகளை தங்கும் இடங்களுக்கு அருகே அமைத்திருக்கிறார்கள். இவை சுகாதாரமாகவும், நாற்றமடிக்காததாகவும் இருக்கின்றன. கழிவறையைப் பயன் படுத்திய பிறகு மரத்தூளையும், மண்ணையும் போட்டுக் கழிவுகளை மூடவேண்டும். டிஷ்யூ பேப்பர் மட்டுமே பயன் படுத்த முடியும். ஆறு நாட்களும் அப்படித்தான்!

இமயமலைக்குப் பயணம் செல்லும் பலர் பிளாஸ்டிக் குப்பைகளை விட்டுவிட்டுச் செல்கிறார்கள். எங்கள் பயணத்தின் தொடக்கத்திலேயே ஒரே ஒரு சிறிய பிளாஸ்டிக் குப்பையைக்கூட விட்டுச் செல்லக்கூடாது என்பது பற்றி கடுமையாக எச்சரிக்கப்பட்டோம். பாலிதீன் பைகளில் உணவுப் பொருள்களைக் கொண்டு வந்திருந்தால், அவற்றை அந்த உறைகளில் இருந்து எடுத்து, ஏதாவது பாத்திரத்திலோ அல்லது மீண்டும் பயன்படுத்தக்கூடிய பாலிதீன் பைகளிலோ வைத்துக்கொள்ள அறிவுறுத்தப்பட்டோம்.

பயணத்தின் போது வழியில் ஏதாவது பிளாஸ்டிக் அல்லது வேறு மக்காத குப்பைகள் தென்பட்டால் அவற்றைப் பொறுக்கி எடுத்து, சேகரித்து வைத்துக் கொள்வதற்கு இடுப்பில் அணிந்து கொள்ளக்கூடிய ஒரு பையும் கொடுத்திருந்தார்கள். எங்களால் முடிந்த அளவுக்கு வழியில் இருந்த குப்பைகளைப் பொறுக்கி எடுத்து வந்தோம்.

உணவுப் பொருள்களையும், நம்முடைய பொருள்களையும் கோவேறு கழுதைகள் மேல் ஏற்றிக்கொண்டு வருகிறார்கள். இந்தியா ஹைக்கின் மற்றொரு சிறப்பு நல்ல உணவை அளிக்கிறார்கள் என்பது. மூன்று வேளையும் சமைக்கப்பட்ட

சூடான உணவு பரிமாறப்பட்டது. சோறு, சப்பாத்தி, காய்கறிகள் இவையே பிரதான உணவுகள். காலையும் மாலையும் சூடான தேநீர் கிடைத்தது. இரவில் இரண்டு நாள்கள் ஜிலேபியும், குலாப்ஜாமுனும்கூட செய்து தந்தார்கள்!

அடுத்தநாள், காலை எழுந்து துணிவாகப் பல் விளக்க முற்பட்டேன். தண்ணீரில் பட்ட கை உணர்ச்சியற்றுப் போய் விட்டது! முகம் கழுவிப் பிறகு கையால் தொட்டபோது முகத்திலும் உணர்வில்லை. குளிப்பது என்பது சாத்தியமே இல்லை.

31ஆம் தேதி, காலை ஐந்தரை மணிக்கு எழுந்து, தயாராகி, உணவு உண்ட பிறகு 8 மணிக்குப் புறப்பட்டோம். ஜோப்ராவிலிருந்து, ஜுவாரா என்ற இடத்திற்கு 11,194 அடி உயரத்துக்கு 5 மணி நேரத்தில் ஏறுகிறோம். இமயமலையின் இந்த உயரங்களில், மரங்கள் கிடையாது. சிறிய, சிறிய செடிகள் மட்டுமே. மலை உச்சிகள் வெறும் பாறைகளாகக் காட்சியளிக்கின்றன.

தமிழ்நாட்டின் மலைப் பகுதிகளுக்குப் போகும்போது, மனத்தை மயக்கும் பறவைகளின் சத்தங்கள் கேட்டுக்கொண்டே இருக்கும். ஆனால், இமயமலையின் இந்த உயரங்களில் எப்போதோ தென்படும் கழுகுகள் தவிர எந்தப் பறவைகளும் கிடையாது. விலங்குகளும் கிடையாது. பூச்சிகளும்கூட மிகமிகக் குறைவுதான்.

மலையேற்றப் பாதை, மலையிலிருந்து சரிந்த கற்களுக்கு இடையே நடக்கும் கடினமான பாதை. இமயமலையின் மண்ணும், கல்லும் கொஞ்சம் வித்தியாசமானவை. களிமண் நிறத்தில் இருக்கும் மிருதுவான மண். வழி நெடுகிலும் இந்த மண் சரிந்திருப்பதைக் காணலாம். மலையில் இருக்கும் கற்களும் கொஞ்சம் மிருதுவான கற்களாகத் தோன்றின. இந்தக் கற்கள் பாளங்களாக உடைந்து சரிந்துகொண்டே இருப்பதைப் பார்க்க முடிந்தது.

இமயமலையின் மேல்பகுதிகளில் இருக்கும் ஓடைகள் தெள்ளத்தெளிவானவை. இந்த நீரை, நாங்கள் கொண்டு வந்திருந்த பாட்டில்களில் அப்படியே நிரப்பிக் குடித்தோம். நாங்கள் வழியில் கேட்ட ஒரே சத்தம் இந்த ஓடைகளின் சத்தங்கள் மட்டுமே. உயரத்திலிருந்து குதிக்கும் ஏராளமான அருவிகளை வழியில் பார்க்கலாம்.

கார் பயணம் சந்தோஷம்தான்...

ஜுவாரா மலை அருவியின் பின்னணியில் கேசவன்

மலையேற்றக் குழுவினர் காட்டாற்றைக் கடக்கும்போது.

ஓய்வு - ஹாம்ப்டா கணவாயைக் கடப்பது அவ்வளவு சுலபமில்லை..!

இந்தக் கடினமான பாதையில் ஊன்றுகோலின் தேவையை நன்றாக உணர்ந்து கொண்டோம். மலையேற்றத்திற்கு ஊன்றுகோல் மிக மிகத் தேவையாகும். குளிரின் காரணமாக அதிகமாகத் தண்ணீர்த் தாகம் இருக்காது. இருந்தாலும் தண்ணீர் குடித்துக்கொண்டே இருக்கவேண்டும். ஒரு நாளைக்கு குறைந்தபட்சம் நான்கரை லிட்டர் தண்ணீர் குடித்தால் AMS வருவதைத் தவிர்க்கலாம்.

இந்தியா ஹைக்கைப் பொறுத்தவரை சரியான இடைவெளிகளில் ஓய்வு கொடுத்தார்கள். நாங்கள் போதிய அளவு பயிற்சி செய்து, தயாரிப்போடு இருந்ததனால் எங்களுக்கு எப்போதும் சோர்வு ஏற்படவில்லை.

மலை ஏறும்போது மூச்சுவாங்கும். வேக வேகமாக மூச்செடுத்தால் AMS வரும் வாய்ப்பு அதிகம். அதனால் அதிகமாக மூச்சு வாங்குவதுபோல் இருந்தால், கொஞ்ச நேரம் நின்று ஓய்வெடுக்க வேண்டும். அந்த நேரத்தில் சீராக, ஆழமாக, மூச்சை உள்ளெடுத்து, நிதானமாக மூச்சை வெளியிடவேண்டும். பிராணயாமம் செய்வது இதற்கு உதவியாக இருந்தது.

மதியம் ஜுவாரா (Jwara) சென்றடைந்தோம். கொஞ்சம் ஓய்வெடுத்துவிட்டு மாலையில் புகைப்படங்கள் எடுத்துக் கொண்டோம். ஒருவரையொருவர் அறிமுகப்படுத்திக்கொண்டு, குழுவினரோடு நெருக்கமானோம்.

மணமாகாத இளம்பெண் நிவேதா தனியாக வந்திருந்தார். அவருடைய துணிவு என்னை வியப்பில் ஆழ்த்தியது. "தனியாக வரும் துணிவு உங்களுக்கு எப்படி வந்தது?" என்று கேட்ட போது, "இரண்டு ஆண்டுகளாக நான் இது பற்றி யூடியுபிலும், கூகுளிலும் பார்த்தும் படித்தும் வருகிறேன். என்னைப்போலச் சிலர் இதில் கலந்துகொள்வதைப் பார்த்துத்தான் முடிவு செய்தேன்" என்று சொன்னார்.

பெங்களூரில் இருந்து வந்திருந்த திருமணமாகாத இரண்டு மென்பொறியாளர் பெண்களோடு, நிவேதா எளிதாக நட்பாகி மலையேற்றத்தை முடித்தார். இதேபோல இல்லத்தரசி பத்மாவதியும் தனியாக வந்திருந்தார். இந்தப் புதுயுகப் பெண்களைப் பார்த்தபோது, 'வீட்டுக்குள்ளே பெண்ணைப் பூட்டி வைப்போம் என்ற விந்தை மனிதர் தலை கவிழ்ந்தார்' என்ற பாரதியின் சொற்கள் நினைவுக்கு வந்தன.

அடுத்தநாள், செப்டம்பர் ஒன்றாம் தேதி, ஞாயிற்றுக் கிழமை காலை மீண்டும் மலை ஏற்றம் தொடங்கியது. ஜுவாராவிலிருந்து 'பாலு கா கேரா' (Balu Ka Ghera) என்ற இடத்துக்கு, 12,411 அடி உயரத்துக்கு ஏறினோம். வழியில் ஓர் ஆற்றைக் கடக்கவேண்டி வந்தது. ஒருவர் கையை ஒருவர் பிடித்துக்கொண்டு வரிசையாகக் கடக்கும்போது கடுங்குளிரில் கால்கள் ஏறக்குறைய விறைத்துப் போய்விட்டன. இந்தப் பகுதியிலிருந்து பனிப்பாறைகளைக் கடக்கவேண்டி வருகிறது. சில பனிப்பாறைகளின் அடியில் ஆறுகள் ஓடுவதைக் காணலாம்.

இமயமலையில் காற்றின் அடர்த்தி குறைவானதாக இருப்பதால் பாறைகளின் மேல் பட்டுப் பிரதிபலிக்கும் சூரிய ஒளி மிகப்பிரகாசமாக இருக்கும். அது கண்களுக்குப் பெரும் கேடு விளைவிக்கும். அதுவும் பனியின்மேல் பட்டுப் பிரதிபலிக்கும் சூரிய ஒளி கண்களுக்குக் கடும் பாதிப்பை ஏற்படுத்துவது மட்டுமல்லாமல், சிலநேரங்களில் கண்ணையே குருடாக்கிவிடும். எனவே, மலை ஏற்றத்தின்போது தரமான, புற ஊதாக் கதிர்களைத் தடைசெய்யும் கண்ணாடிகளை அணியவேண்டும். அன்று நடக்கும்போது இரண்டு முறை மழைத்தூறல் வந்துவிட்டது. தொடர்ந்து மழையிலும் நடக்க வைத்தார் மெகர்.

அன்றைய இரவும் கடுமையான குளிரில் கழிந்தது.

அடுத்த நாள் செப்டம்பர் 2, திங்கள்கிழமை பயணத்தின் முக்கியமான நாள். கொஞ்சம் கடுமையான நாளும் கூட. பாலு கா கேராவில் இருந்து, 14,065 அடி உயரத்தில் இருக்கும் ஹாம்ப்டா கணவாயை (Hampta Pass) அடைந்து, மீண்டும் 12,864 அடி உயரத்தில் இருக்கும் ஷியா கோருவுக்கு இறங்க வேண்டும்.

ஒவ்வொரு நாளும் காலை, மதியம், இரவு மூன்று வேளையும், மலை ஏறுபவர்களின் நாடித்துடிப்பு, ஆக்சிஜன் அளவு, இரத்த அழுத்தம் போன்றவற்றை மெகர் பதிவு செய்வார். "தலை வலி இருக்கிறதா? சோர்வாக இருக்கிறதா? வேறு ஏதேனும் உபாதைகள் இருக்கிறதா?" என்று கேட்பார்.

கடல் மட்டத்தில் இருப்பவர்களின் இரத்தத்தில் ஆக்சிஜன் 100% இருக்கும். இந்த மலை ஏற்றத்தின் போது எங்கள் அனைவருக்குமே 92%, 93% என்ற அளவிலேயே

ஆக்சிஜன் இருந்தது. ஆக்சிஜன் 85% க்கு கீழே குறைந்தால் அவர்களை அதற்கு மேல் மலை ஏற அனுமதிக்க மாட்டார்கள். நாடித்துடிப்பும் வழக்கமாக 73 இருக்கும் எனக்கு 100க்கு மேலேயே இருந்தது. இந்தியா ஹைக்ஸ் மலை ஏறுபவர்களின் உடல்நிலையை மிகக் கவனமாகக் கண்காணித்தது பாராட்ட வேண்டிய அம்சம். மெகர் உடல் இலகுவாவதற்கான சில உடற்பயிற்சிகளைக் கற்பித்து, காலையும் மாலையும் அவற்றைச் செய்ய வைத்தார்.

கடுமையான நான்காம் நாள் பயணத்தை, காலை ஏழு மணிக்கே தொடங்கினோம். பல இடங்களில் பனியின் மேல் நடக்கவேண்டி வந்தது. இதுவரை நடந்த இடங்களில், அங்கங்கே அருவிகள் ஓடிக்கொண்டு இருந்ததால், கொண்டு வந்திருந்த தண்ணீர் காலியானால் அருவிகளில் இருந்து நீரைப் பிடித்துக் கொள்வோம். நான்காம் நாள் மலையேறிய பகுதிகளில் ஓடைகள் குறைவு. சில இடங்களில் பாதை செங்குத்தாக இருந்தது. நான்கு மணி நேர நடைக்குப் பிறகு, எங்கள் பயணத்தின் அதிகபட்ச உயரமான இடமான ஹாம்ப்டா கணவாயை அடைந்தோம். நான்கு நாள் பட்ட கஷ்டங்கள் ஒரு நொடியிலே பறந்து போய்விட்டது. ஒரு சாதனை செய்த மனநிறைவு. மறக்க முடியாத ஒரு பயணம். எல்லாரும் சேர்ந்து புகைப்படங்கள் எடுத்துக் கொண்டோம். எல்லார் முகத்திலும் சிரிப்பு. மகிழ்ச்சி.

ஓய்வுக்குப் பிறகு இறங்கத் தொடங்கினோம். இந்த இறக்கம்தான் நாங்கள் வந்த பாதைகளிலேயே மிக ஆபத்தான பயணம். ஏறக்குறைய செங்குத்தாக இருந்த மலைப்பகுதியில், அவ்வப்போது சிறிய கற்களும், பெரிய கற்களும் விழுகின்ற ஆபத்தான பாதையில் கவனமாக இறங்கினோம். இந்தச் செங்குத்தான இறக்கத்தில் நாங்கள் இறங்கியதை விடப் பொதிகளைச் சுமந்துகொண்டு கோவேறு கழுதைகள் இறங்கியதுதான் ஆச்சரியம்!

ஷியா கோரு (Shia Goru) பள்ளத்தாக்கு நான்கு புறமும் பனிக் குல்லாய்கள் அணிந்த மலைகளால் சூழப்பட்ட அழகிய பள்ளத்தாக்கு. 12,864 அடி உயரத்தில் இருக்கும் அந்தப் பள்ளத்தாக்கில் இரவு தங்கினோம். எங்களோடு வந்த கண் மருத்துவருக்கு இலேசான AMS ஏற்பட்டது. உடல் சோர்வு, வாந்தி, இலேசான மயக்கம் போன்ற அறிகுறிகள் தோன்றின. படுத்து ஓய்வெடுத்த பிறகு அது சரியாகி விட்டது.

மாலையில் கொஞ்சம் தூறல் இருந்தது. ஏழு மணிக்குப் பிறகு மேகங்கள் இல்லாத தெளிவான வானம். நகரத்தின் எந்த வெளிச்சமும் எட்டிப்பார்க்காத மலைப் பகுதியில், பள்ளிக்கூட நாட்களில் பார்த்த நட்சத்திரக் கூட்டங்களை மகிழ்ச்சியோடு மீண்டும் பார்த்தேன். பெருங்கரடி என்றும், சப்தரிஷி மண்டலம் என்றும் அழைக்கப்படும் அந்த நட்சத்திர மண்டலத்தையும், ஓரியன் நட்சத்திரக் கூட்டத்தையும் மீண்டும் இவ்வளவு தெளிவாகப் பார்த்தது மகிழ்ச்சியான அனுபவமாக இருந்தது.

அதைவிட மனத்தைக் குதூகலிக்க வைத்த விஷயம் பால்வெளி மண்டலத்தை மிகத் தெளிவாகப் பார்த்ததுதான். இந்தப் பயணத்தின் மறக்கமுடியாத நிகழ்வாக, பால்வெளி மண்டலத்தைப் பார்த்ததைத்தான் சொல்வேன். எங்களோடு வந்திருந்த சச்சின் என்பவர் புகைப்படக்கலை ஆர்வலர். பொறியியல் படிக்கும் அவர், தன் படிப்புக்கான செலவுக்குப் புகைப்படங்கள் எடுத்து, விற்றுச் சம்பாதிக்கிறார் என்பது வியப்பு. அவர் பால்வெளி மண்டலத்தைத் தன் கேமராவில் எடுத்துக் காட்டினார். அற்புதமான புகைப்படம் அது!

இந்த ஐந்து நாட்களில் மனத்தால் நெருங்கிவிட்ட நாங்கள், அன்று இரவு தூங்காமல், குளிரையும் பொருட்படுத்தாமல் நீண்ட நேரம் பேசிக்கொண்டிருந்தோம்.

விடிந்தவுடன் பயணத்தின் வழிகாட்டி மெகருடனும், ரோஷன் மற்றும் ஷாமுடனும் புகைப்படங்கள் எடுத்துக் கொண்டோம். மெகர் வந்திருந்த இளைஞர்களிடம் என்னையும், சம்பத்குமாரையும் சுட்டிக்காட்டி 'நீங்கள் தொடர்ந்து உடற்ப யிற்சி செய்தால் மட்டுமே இவர்களைப் போன்ற உடல் நலத்தோடு இருக்க முடியும். இவர்களை நீங்கள் முன்மாதிரியாகக் கொள்ளவேண்டும்' என்று சொன்னார். நாங்கள் இரண்டு பேரும் ஏறக்குறைய வெட்கப்பட்டோம்!

கடைசி நாளான செப்டம்பர் மூன்றாம் தேதி ஷியா கோருவில் இருந்து புறப்பட்டு சத்ரு (Chatru) என்ற இடத்துக்கு இறங்கும் பயணம். மூன்று மணி நேர, மேடும்பள்ளமுமான பாதையில் இறங்கி சத்ரு வந்து சேர்ந்தபோது ஒரு சாதனை செய்த மனநிறைவு ஏற்பட்டது. நாங்கள் சேகரித்து இருந்த குப்பைகளை இனம் பிரித்துப் பைகளில் நிரப்பினோம். இதனை மணாலிக்குக் கொண்டு செல்வார்கள்.

சத்ருவிலிருந்து ஜீப் மூலமாக மீண்டும் மணாலி வந்து சேர்ந்து, பேருந்து மூலமாக டெல்லி வந்து பிறகு விமானம் மூலம் சென்னை வந்தோம்.

காரில் தருமபுரிப் பயணம். எந்தவிதச் செயற்கைச் சத்தமும் இல்லாமல், செயற்கை வெளிச்சம் இல்லாமல், முழுமையான இருட்டில் தூங்கி, தூய்மையான காற்றைச் சுவாசித்த 6 அற்புதமான நாட்களின் நினைவுகளோடு பயணித்தோம். இயற்கையின் பிரமாண்ட ஆற்றலுக்கு முன் மனிதன் ஒரு தூசு. இமயமலையின் எழிலை விட, அமைதியை விட, அந்த மாமலையின் விண்ணை முட்டும் பிரமாண்டமும், அதன் உள்ளிருக்கும் மாபெரும் ஆற்றல்களும் என் மனத்தில் இனம் புரியாத உணர்வுகளை ஏற்படுத்தின. எலும்பைக் குடையும் குளிர்காற்றும், கைகளை உறையவைத்த நீரும், பகலின் வெளிச்சமும், இரவின் நட்சத்திரங்களும் நீண்ட காலத்துக்கு மனத்தில் இருக்கும்.

'சுவரில்லாமல் சித்திரம் எழுதமுடியாது' என்பது பழமொழி. உடல்நலத்தைப் பேண வேண்டியது மிகவும் தேவையானது.

60 வயதின் அருகிலிருக்கும் நாங்கள் இமயமலை ஏறிய கதை, செல்பேசியிலும், பேஸ்புக்கிலும் கட்டுண்டு கிடக்கும் நம் இளைஞர்களை, வார இறுதி நாட்களில் அருகில் இருக்கும் இயற்கை எழில் மிகுந்த இடங்களுக்குச் சென்று, மலைகள் ஏறி, நடந்து, இயற்கையின் அழகை நுகர்ந்து, இயற்கையைக் காதலித்து, இயற்கையை மதித்து, உடலையும், மனத்தையும் புத்துணர்ச்சி ஆக்கிக்கொள்ளத் தூண்டும் என்றால் அதுவே இந்தக் கட்டுரையின் வெற்றி!

ஞாயிறு போற்றுதும்

‘ஞாயிற்றுக்கிழமைகள் கடவுளால் அளிக்கப்பட்டவை’ என்று கூறுவார்கள். வாரம் முழுவதும் வேலை செய்யும் மனிதர்கள் தங்கள் உள்ளத்துக்கும் உடலுக்கும் ஓய்வு தந்து, அடுத்த வாரத்தை உற்சாகமாகத் தொடங்குவதற்கான புத்துணர்ச்சி பெறும் நாள், ஞாயிற்றுக்கிழமை. ஞாயிற்றுக் கிழமை எப்படி இருக்க வேண்டும் என்று ‘இரட்டைவால் குருவி’ என்ற திரைப்படத்தில் கதாநாயகன் தன் மனைவிக்கு விளக்கம் தருவார்–

“ஞாயிற்றுக்கிழமைன்னா...

ஒரு பத்து, பத்தரை மணிக்கு லேசா கண்ணு முழிச்சு...

படுக்கையைவிட்டு எந்திரிக்காமலேயே ஒரு காபி சாப்பிட்டுட்டு...

அப்படியே படுத்துக்கிட்டே... இந்தப் பத்திரிக்கை, மேகஸின் அது, இத எல்லாம் லேசா மேய்ஞ்சுட்டு...

மறுபடியும் உன் கையால ஒரு காபி சாப்பிட்டுட்டு...

அப்படியே படுத்து ஒரு சின்ன கோழித்தூக்கம் போட்டுட்டு...

ம்ம்... ஒரு லெவன், லெவன் தெர்ட்டினு வச்சிக்கோயேன்.

அதான்... நீ என்ன சாப்பிடக் கூப்பிட வருவியே...

அப்ப, உன்ன அப்படியே பெட்ல போட்டு, மெதுவா...”

என்பதாகப் போகும் அந்த வசனம்.

உண்மையில் அந்த வசனம் ஞாயிற்றுக்கிழமை எப்படி இருக்கக் கூடாது என்பதற்கான விளக்கம். ஓய்வு என்பது செயலற்று இருப்பதல்ல. மேலே சொன்னதுபோல ஞாயிற்றுக் கிழமையைக் கழித்தால் மறுநாள் வேலைக்குப் போவது பெரும் சுமையாகத் தோன்றும்.

வழக்கமான பணியில் இருந்து மாறுபட்ட பணியைச் செய்வதுதான் உண்மையான ஓய்வு. அதன் வாயிலாகவே புத்துணர்ச்சியைப் பெறமுடியும்.

நீங்கள் வாரம் முழுவதும் கணினி முன்பு உட்கார்ந்து பணியாற்றுபவராகவோ, அல்லது நாள் முழுவதும் மேசை முன்னால் அமர்ந்து கோப்புகளைப் புரட்டிக்கொண்டிருப்ப வராகவோ, அல்லது சட்டை கசங்காமல் அலுவலகப் பணி செய்பவராகவோ இருந்தால் ஞாயிற்றுக்கிழமைகளில் நீங்கள் வீட்டிற்குள்ளே இருக்கக் கூடாது. ஞாயிற்றுக்கிழமைகளில் நீங்கள் மலையேற்றம் செய்யவேண்டும். அடர்ந்த காட்டுக் குள்ளே நடக்கவேண்டும். இல்லையென்றால் ஆற்றில் நீச்சல் அடிக்கவேண்டும். வெயில் பட்டு, உங்கள் உடல் கருக்க வேண்டும். கால்கள் மண்ணின் மீதும், கற்களின் மீதும் படவேண்டும்.

பயணம் என்றவுடன் வெளிநாட்டுப் பயணம் அல்லது வெளி மாநிலப் பயணம் என்றெண்ணத் தேவையில்லை. பக்கத்து மாவட்டங்களுக்குச் செல்லவேண்டும் என்பதுகூட இல்லை. நீங்கள் எந்த ஊரிலிருந்தாலும், உங்கள் ஊரின்அருகிலேயே ஒரு அரை மணி அல்லது ஒரு மணி நேரப் பயணத் தொலைவில் அழகிய மலையோ, ஆறோ, காடோ, அருவியோ அல்லது வரலாற்று முக்கியத்துவம் வாய்ந்த ஒரு இடமோ கண்டிப்பாக இருக்கும்.

தருமபுரியிலிருந்து 20 கிலோமீட்டர் தொலைவில் கம்பை நல்லூர் இருக்கிறது. அங்கே 'ஏழு சுத்துக் கோட்டை' என்ற சதுர வடிவிலான புதிர்ப்பாதை இருக்கிறது. ஆங்கிலத்தில் இதற்கு labyrinth என்று பெயர். இதற்கான சரியான தமிழ்ச் சொல் என்னவென்று www.tamillexicon.com <http://www.tamillexicon.com> என்ற இணையத்தளத்தில் தேடியபோது 'அரும்புதிர் நெறி, மீட்டுவர முடியாதபடி திருக்கு மறுக்காக அமைக்கப்பட்ட வழி, புதிர்நெறிக்கூடம், அரும்புதிர்நெறிகள் அமைந்த கட்டடம், திகைப்பூட்டுந்திருக்கு மறுக்குப் புதிர், கடுஞ்சிக்கலமைவு, திகைப்பூட்டுஞ் சிக்கல் நிலை' என்றெல்லாம் தரப்பட்டிருந்தது!

இது கற்கால மனிதர்களால் நிறுவப்பட்டது. கம்பை நல்லூரிலுள்ள இந்த 'ஏழு சுத்துக் கோட்டையின்' பாதைகளில் பல்லாயிரக்கணக்கான ஆண்டுகளாக மனிதர்கள் நடந்து கொண்டிருக்கிறார்கள். இதனைப் பார்த்துவிட்டுக் கம்பைநல்லூரிலுள்ள சிவனீஸ்வர உடையார் கோவிலைப் பார்க்கவேண்டும். பன்னிரண்டாம் நூற்றாண்டில் கட்டப்பட்ட

கோயில். பிற்கால அதியமான்களில் ஒருவரான 'விளங்கா மொழி விடுகாதழகிய பெருமாள்' என்ற மன்னனால் கட்டப்பட்ட கோயில். இந்த மன்னன், கோவிலின் உட்புறத்தில் வெட்டி இருக்கும் கல்வெட்டின் பொருள், தொல்லியல் வல்லுநர்களுக்கு இன்றுவரை விளங்கவில்லை.

இந்த இரண்டு இடங்களைப் பார்த்துவிட்டுப் பண்ணந்தூர் சென்று அங்கே உள்ள நூற்றுக்கணக்கான கிளைகளுள்ள பனைமரத்தைப் பார்க்கவேண்டும். இதுபோல நூற்றுக் கணக்கான கிளைகளுள்ள பனைமரம் உலகத்தில் வேறெங்கும் இல்லை என்று சொல்லப்படுகிறது. ஒரு நாள் முழுவதையும் செலவழிப்பதற்கான சிறந்த திட்டம் இது.

நீங்கள் எந்த ஊரைச் சேர்ந்தவராக இருந்தாலும், இப்படிப் பட்ட இடங்கள் உங்கள் ஊருக்கு அருகிலேயே இருக்கும்.

கார் அல்லது இருசக்கர வாகனம் இருந்தால்தான் சுற்றுலா செல்லமுடியும் என்பதில்லை. பேருந்துகளில் சென்று பார்க்கக்கூடிய, பார்க்கவேண்டிய இடங்கள் ஏராளம். பேருந்தில் செல்லும்போது நாம் நிறைய நடக்கவேண்டியிருக்கும். அது நல்ல உடற்பயிற்சியாகவும் அமையும்.

பல பேருக்குத் தெரியாத செய்தி, நகரங்களில் வாழ்பவர் களைவிட ஊர்ப்புறங்களில் வாழ்பவர்கள் அதிகமாகச் சுற்றுப் பயணம் மேற்கொள்கிறார்கள் என்பது. ஊர்ப்புறங்களில் பயணத்துக்காகச் சீட்டு கட்டுகிறார்கள். சீட்டு முடிந்தவுடன், ஒரு பேருந்தை வாடகைக்கு எடுத்துக்கொண்டு தமிழ்நாடு மற்றும் அண்டைமாநிலங்களுக்குச் சுற்றுலா சென்று, பல இடங்களைப் பார்த்துவிட்டு வருகிறார்கள்.

ஆகவே, உங்கள் வருவாய் எவ்வளவாக இருந்தாலும் பயணத் துக்காகக் குறிப்பிட்ட ஒரு தொகையை ஒதுக்கவேண்டும். பயணம் செய்து பயனுறவேண்டும்.

நிவேதா - பனிமலை ஏரியில் விளையாட்டு...

ஹாம்ப்டா கணவாய் - ஜுவாரா மலையில் மருத்துவர் செந்தில்

மலையேற்றப் பயிற்சியாளர்களுடன் மருத்துவர் செந்தில்.

ஹாம்ப்டா மலை உச்சியில் மலையேற்ற வீரர்களுடன்...
மருத்துவர் செந்தில்.

அற்புதம்! அதிசயம்!! ஆனந்தம்!!! பால்வெளி மண்டலம்...
- சச்சின் எடுத்த புகைப்படம்

கூடு திரும்பிய பின் உற்சாகமான அன்பான வரவேற்பு..!